TUFANI INAPOVUMA
Uwe na Amani

GODWIN CHILEWA

GOSTCH Publishers
Sponsored by Veritas Gospel Ministries
www.veritasgospel.org
Houston, Texas.

© 2019 by Godwin Chilewa. All rights reserved.

Haki zote zimehifadhiwa. Hairuhusiwi kunakili, kuiga, kuchapa, kuchapisha sehemu ya kitabu hiki katika mtandao, au kutumia sehemu yoyote ya kitabu hiki kibiashara bila kupata ruhusa ya maandishi kutoka kwa mwandishi, kama inavyoagizwa na sheria ya haki miliki. Hata hivyo inaruhusiwa kutumia nukuu za mafundisho yaliyomo kuwaelimisha watu wengine neno la mungu, kuwafariji waliopatwa na matatizo, na kutangaza habari njema za ufalme wa Mungu bila kudai malipo.

Maandiko matakatifu yamenukuliwa kutoka
Biblia takatifu –Swahili SUV na KJV
Kwa manunuzi wasiliana na:
gostchil@gmail.com

No part of this book may be reproduced in any written, electronic, recording, or photocopying without written permission of the publisher or author. The exception would be in the case of brief quotations embodied in the critical articles or reviews and pages where permission is specifically granted by the publisher or author.
Although every precaution has been taken to verify the accuracy of the information contained herein, the author and publisher assume no responsibility for any errors or omissions. No liability is assumed for damages that may result from the use of information contained within.

Books may be purchased by contacting the publisher and author at:
gostchil@gmail.com

GOSTCH Publishers
All rights reserved

TUKUZO

Uinuliwe mwenyezi Mungu wetu mfalme Jehova –
El shaddai, muumba wa mbingu na nchi,
Kwa wingi wa neema, rehema, na fadhili zako kwetu.
Hakika unastahili kuabudiwa.

POKEA AMANI YA KRISTO

Amani yangu nawaachieni, amani yangu nawapa;
Niwapavyo mimi sivyo kama ulimwengu utoavyo.
Msifadhaike mioyoni mwenu, wala msiwe na hofu.

(Yohana 14:27)

YALIYOMO

Tukuzo..i

Tufani za Maisha 9

Kwanini Mimi 17

Hofu 50

Urithi wa Thamani...70

Pokea Amani ya Kristo......................................88

Tufani Katika Ndoa 138

Pendwa Wako Akiaga Dunia........................... 158

Unao Uzima wa Milele 176

Sema na Roho Yako.. 193

SHUKRANI ZA PEKEE

Kwa mzee Gilbert Lameck Chilewa wa Uzunguni Dodoma, na Benedict Michael Kimwaga Wa Kibamba Dar es Sakaam. Kwa msaada wao mkubwa katika kufanikisha maisha yangu.

TUFANI INAPOVUMA
Uwe na Amani

GODWIN CHILEWA

GOSTCH Publishers
Sponsored by Veritas Gospel Ministries
www.veritasgospel.org
Houston Texas

Tufani za Maisha

Akaamka akaukemea upepo, akaiambia bahari, "Nyamaza utulie" kukawa shwari
(Marko 4:35-39)

Tufani ni mchafuko wa hali ya hewa, unaosababishwa na upepo wenye nguvu, uvumao kasi katika bahari kuelekea nchi kavu. Upepo huu ambao huambatana na mvua kubwa, radi na ngurumo husababisha mawimbi makubwa na dhoruba zenye uweza wa kuangamiza mashua, majahazi na hata kuzamisha meli kubwa za kisasa. Tufani inapovuma katika nchi kavu huweza kusababisha maafa kwa binadamu na viumbe hai wengine, kubomoa majengo, kupeperusha magari, kuangusha miti, kufanya uharibifu wa mazingira, na kufanya madhara mengine kutegemea mazingira ya mahali husika (hususan majengo na uoto wa asili).

Katika miaka ya hivi karibuni habari za tufani zimekuwa zikitajwa mara chache tu, na hasa pale matukio ya vimbunga na *tsunami* yanapotokea katika nchi mbalimbali duniani. Lakini pamoja na uchache huo, kila matukio hayo yanapotokea, madhara yake huwa makubwa kupindukia. Vifo vya ghafla, uharibifu wa mali na mazingira, na wasiwasi wa mambo yatakayofuata, huwafanya waathirika wa tufani kuwa katika hali mbaya ki roho, kimwili na kiakili.

Ingawa madhara yanayotokana na tufani siku hizi ni makubwa mno, wanasayansi wanaamini kuwa madhara hayo yangeweza kuwa makubwa zaidi, kama tufani zenye nguvu ileile zingetokea miaka hamsini iliyopita. Maendeleo ya sayansi na teknolojia yamesaidia kwa kiasi kikubwa kupunguza idadi ya vifo vinavyotokana na majanga ya asili, hususan vimbunga na matetemeko ya ardhi. Kwa kutumia vyombo maalum vya kisayansi, siku hizi wataalam wanaweza kutambua dalili za kutokea kwa tufani muda mrefu kabla haijaanza kuvuma, na kutoa tahadhari kwa wasafiri, na au wakazi wa maeneo husika.

Sambamba na hilo, pia kumekuwepo na ongezeko kubwa la vyombo vya usafiri vinavyokwenda kasi, na kwa usalama zaidi katika nchi kavu na angani. Vyombo hivi vimesaidia sana kupunguza idadi ya watu wanaosafiri baharini. Katika miaka ya 1900 kurudi nyuma usafiri wa majini (melikebu) ndio uliokuwa ukitumainiwa zaidi na wafanya biashara waliokuwa wakivusha bidhaa kutoka miji ya ufukweni mwa bahari kwenda miji mingine. Kutokana na uduni wa teknolojia iliyokuwepo wakati huo, wasafiri walilazimika kusafiri baharini kwa muda mrefu zaidi, na pia kukabiliana na hatari nyingi zaidi.

Katika safari hizo, ilikuwa jambo la kawaida kwa wasafiri na mabaharia kupoteza maisha yao baada ya melikebu zao kupigwa na dhoruba, na kuzama baharini. Watu wachache waliopata neema ya Mungu waliweza kujiokoa kwa kupanda vyelezo, kushikilia vipande vya mbao, kamba, marobota ya mizigo, na vitu vingine vinavyoweza kuelea majini. Katika kipindi hicho pia ilikuwa jambo la kawaida kwa melikebu kupotea baharini kwa masiku au miezi kadhaa. Hali hii ilisababishwa na kutokuwepo kwa dira (*compass*) za kuwaonesha mabaharia uelekeo sahihi wanaopaswa kuufuata, baada ya kukokotwa mbali na tufani.

Kutokana na wingi wa hatari hizo, wasafiri waliweka matumaini yao kwa mabaharia wenye uzoefu wa bahari, na uimara wa vyombo walivyokuwa wakivitumia. Manahodha waliowahi kupambana na dhoruba nyingi, na kusalimisha vyombo vyao, ndio waliothaminiwa zaidi, kulipwa fedha nyingi, na pia kupata wateja (wasafiri) wengi zaidi. Ili kuwa na sifa zinazokubalika katika jamii, mabaharia walijifunza kutambua majira salama yenye pepo zinazofaa kusafiri baharini, na majira yenye pepo za hatari. Manahodha pia walijifunza kutambua dalili za kutokea kwa tufani masaa mengi kabla haijaanza kuvuma, uelekeo wa tufani hiyo, na mbinu za kuikwepa kama ikitokea.

Elimu hii iliwasaidia kwa kiasi fulani kuepukana na dhoruba. Kila dalili za tufani zilipoanza kuonekana, manahodha waliahirisha safari na kutia nanga katika bandari au visiwa vya jirani mpaka pale tufani iliyokuwa ikitazamiwa kupiga ilipopita. Pamoja na jitihada hizo, bado mara nyingi melikebu zilikumbwa na dhoruba ambazo hazikutazamiwa. Tufani za aina hii kila zilipotokea zilisababisha maafa na hasara kubwa zaidi kwani ziliwakuta mabaharia wakiwa hawajajiandaa, na mara nyingine wakiwa wamelewa.

Kwa sababu hiyo wasafiri wenye hekima walijifunza kuwa, usalama wao haukuwa mikononi mwa mabaharia, au manahodha waongoza vyombo; bali ulikuwa mikononi mwa Mungu aliyeziumba mbingu na nchi. Mungu anayetawala bahari, upepo, jua, mwezi, nyota, na vitu vyote vinavyo onekana na visivyo onekana. Kwa kuweka matumaini yao mikononi mwa Mungu wasafiri hao walikuwa na hakika ya kufika safari zao bila kukumbana na dhoruba wala misukosuko mingine ya baharini. Na hata pale tufani ilipovuma na kuchafua bahari, watu wa Mungu waliendelea kuwa na amani ya rohoni, wakiwa na hakika kwamba Mungu wanaye muamini na kumtumainia. anao uwezo wa kuwaokoa kutoka katika tufani, na dhoruba za safari nzima.

Sisi pia ni wasafiri katika dunia hii tukiwa njiani kuelekea mbinguni. Katika safari yetu, kama ilivyo kwa mabaharia

TUFANI INAPOVUMA – UWE NA AMANI

tunakabiliwa na tufani nyingi zinazovuma kila siku. Tufani hizo huweza kusababisha dhoruba zenye nguvu ya kuangamiza mwili, roho na akili. Baadhi ya dhoruba hizo ni pamoja na vifo vya wapendwa wetu, talaka, magonjwa yasiyotibika, hali ngumu ya maisha, ajali za kila namna, njaa, vita, uhalifu, umaskini, ukosefu wa huduma za kijamii, na mapepo ya kila namna, yanayoweza kuangamiza maisha yetu kimwili, kiroho na kiakili.

Pamoja na hizo, zipo dhoruba nyingine nyingi zinazoweza kutufanya tukokotwe katika bahari kuu, kupoteza uelekeo wetu, na hivyo kushindwa kufika mahali tunapokusudia kwenda; au kukumbuka mahali tulikotoka. Dhoruba hizi ni pamoja na ujinga (kukosa maarifa), ulevi, matumizi ya madawa ya kulevya, rushwa inazoweza kutufanya tusifikiri vema katika kufanya maamuzi yetu, tamaa mbaya ya mali, anasa, na mambo mengine mengi ya kupotosha.

Jambo la kufurahisha ni kwamba, Mungu wetu anao uwezo wa kutuokoa na dhoruba zote, na kutupa maisha ya furaha, amani na baraka tele. Akiwa hapa duniani, Yesu alithibitisha uwezo wa Mungu katika kukomesha matatizo yanayotusumbua. Aliponya wagonjwa, alitakasa wenye ukoma, alifufua wafu (Yohana 11:43) alilisha chakula watu elfu tano kwa mikate mitano na samaki wawili (Yohana 6:1), na aliweza hata kuikemea tufani pale ilipokuwa ikivuma na kuvuruga amani; Nayo bahari na dhoruba vilimtii na kutulia (Marko 4:35).

Yesu aliyafanya haya yote ili kuonesha upendo wa Mungu unaotuzunguka kila wakati, kila mahali na katika kila hali. Vilevile alitaka kutufumbua macho ili tutambue nguvu, uweza na mamlaka aliyonayo (Yesu) mbinguni na duniani ili tupate kuamini ya kuwa yeye ndiye masihi mwana wa Mungu aliye hai. Zaidi ya yote Yesu alitaka tuwe na amani ya rohoni inayopita fahamu zote, ambayo inapatikana kwake, na kwa neema yake tu. Amani hiyo ndiyo inayoweza kulinda mioyo na nia zetu katika hali ya kumjua, na kumpenda Mungu, hata pale tunapopigwa na tufani mbalimbali za maisha ya kidunia (Wafilipi 4:17).

Katika Yesu tunakuwa na nguvu, na ujasili wa kupambana na tufani za aina zote na kuzishinda. Yeye anatuhakikishia jambo hilo kwa kutuambia *"Tazama nimewapa amri ya kukanyaga nyoka na nge, na nguvu zote za yule adui, wala hakuna kitu kitakachowadhuru"* (Luka 10:19). Kwa ahadi hizi za baraka tunayo kila sababu ya kuishi kwa furaha na amani, kwani tuna hakika kuwa adui yetu mkuu (shetani ibilisi na vibaraka wake) wameshindwa katika kila eneo la maisha yetu.

Kimsingi, tayari tumeshafanywa mashujaa wa imani, na mashahidi wa Yesu Kristo kwa neema ya Mungu, inayopatikana kwa imani. Neema hiyo hutuwezesha kuwa warithi wa ahadi za baba yetu Ibrahim japokuwa hatukuwahi kumuona kwa macho, kumgusa, wala kumsikia kwa masikio ya kimwili.

Hivyo basi, kwa kuwa tumefanyika wana wa Mungu kwa neema yake, tunapaswa kuwa na amani ya rohoni katika kila hatua ya maisha tunayopitia. Tunapaswa kuiona amani ya rohoni katika mioyo yetu, tunapokuwa katika raha, kwa kutambua kuwa Mungu wetu ni wa baraka; na pia kuwa na amani nyakati za mateso kwa sababu tuna hakika Mungu wetu ni wa huruma, hatatuacha tuangamie kabisa (Ayubu 19:25) au kutupa majaribu yanayozidi uwezo wetu wa kuyashinda (1 Wakorintho 10:13).

Lakini ili chemchem ya maji ya uzima, yenye kuleta amani katika roho yako iendelee kububujika, ni lazima uunganishwe na chanzo cha amani, ambacho ni Yesu Kristo mwenyewe. Ni wajibu wako kujifunza, na kuyatafakari maneno ya Mungu kila siku, ili yaweze kukutia nguvu, kukutangazia uzima, amani na uhuru katika Kristo Yesu, na pia kukukumbusha kuiendea toba, ili uweze kupokea msamaha wa dhambi.

Yesu Kristo, alipokuwa hapa duniani aliwaambia watu waliokuwa wamemwamini *"Mkilishika neno langu mtakuwa wanafunzi wangu kweli kweli, nanyi mtaijua kweli, na hiyo kweli itawaweka huru* (Yohana 8:32). Bila shaka Yesu alisema maneno hayo kwa kutambua kifungo kilichokuwa kikiwakabili watu wengi (hata wale waliokwisha kumuamini), na kuwafanya kuwa watumwa, japokuwa walikuwa kwenye nafasi ya kuweza kufunguliwa, na kuwa huru.

Kutokuwa na ujuzi sahihi wa neno la mungu, ugumu wa maisha, mapokeo ya kidini, mila na destuli, na mambo mengine mengi yaliwafanya wayahudi kushindwa kulizingatia na kuliishi neno la mungu. Kwa sababu hii Yesu aliwataka wakubali kuwa wanafunzi, kwa maana ya kujifunza neno lake na kuliishi ili waweze kufunguliwa vifungo vyao.

Sisi pia tunapaswa kuwa wanafunzi wa Yesu ili tuweze kuijua kweli, na kupata uhuru wa milele. Yesu anasisitiza kwa kusema *"Mwana akiwaweka huru, mtakuwa huru kweli kweli"* (Yohana 8:36). Hii ina maana tukimuamini yeye, na kufuata mafundisho yake tutapata manufaa ya kweli, na kuishi maisha ya ushindi kimwili, kiroho na kiakili.

Pengine unaweza kujiuliza maswali haya:
(a) Kama mungu anatupenda kwanini anaruhusu tukumbwe na tufani za kila namna?
(b) Amani ya rohoni ina umuhimu gani katika maisha yetu?
(c) Kwa sababu gani amani ya kweli inaweza kupatikana kwa Yesu Kristo peke yake?
(d) Mambo gani yanaweza kutusaidia kuwa na amani nyakati za shida, huzuni na mahangaiko?

Maswali haya ni magumu sana, na hayana majibu rahisi ya kibinadamu. Ndiyo maana mungu mwenyewe aliweka utaratibu wa kutupatia majibu kwa maswali magumu kama haya; yaani neno lake takatifu (Biblia), sara (maombi) na msaada wa roho mtakatifu. Utaratibu huu unatuwezesha kusemezana na muumba wetu, kumuuliza maswali na kumueleza haja zetu.

Yesu anathibitisha jambo hili kwa kusema *"Siwaiti tena watumwa; kwa maana mtumwa hajui atendalo bwana wake. Lakini ninyi nimewaita rafiki; kwa kuwa* **yote** *niliyoyasikia kwa baba yangu nimewaambia"* (Yohana 15:15), Anaongeza kusema kuwa *"Mbingu na nchi zitapita lakini maneno yangu hayatapita kamwe"* (Marko 13:31). Angalia pia Yohana 8:32, Yohana 17:3, Yohana 6:68, 1Yohana 5:13, na Isaya 1:18. Kwa kuyatafakari maneno ya mungu, na kwa msaada wa roho mtakatifu tunaweza kupata majibu ya maswali mengi yanayotusumbua katika maisha yetu.

Mtume Paulo akiongozwa na roho wa Mungu aliwahi kuandika maneno haya *"Kila andiko lenye pumzi ya Mungu, lafaa kwa mafundisho, kwa kuwaonya watu makosa yao, kwa kuwaongoza, na kuwaadibisha katika haki"* (2 Timotheo 3:16). Maneno haya, yanaunga mkono maelezo yaliyotangulia, kuwa hakuna jambo lolote chini ya jua lisiloweza kujibiwa kwa Neno la Mungu. Yeye ndiye aliyeumba mbingu na nchi, na vitu vyote vilivyomo, hivyo analo kila jibu. Kama vile mtengenezaji wa simu, au chombo kingine cha kielektroniki anavyowapa kitabu cha muongozo (*manual instruction book*) wateja wake, ndivyo Mungu alivyotupa Neno lake ili kutuongoza katika maisha, na pia kutupa majibu ya maswali yanayotusumbua.

Tafadhari, fuatana nami katika kurasa zifuatazo, ili tuweze kuchambua kwa pamoja matukio, simulizi, na shuhuda mbalimbali, zinazoweza kukusaidia kutafakari upya nguvu za mungu, na umuhimu wa amani ya rohoni katika maisha yako. Amani inayoweza kukusaidia kuzikabili tufani mbalimbali zinazokusumbua maishani mwako.

Nakuombea Mungu mwenyezi akujaze roho ya hekima na utambuzi, ili kila ukurasa utakaosoma, ukusaidie kuyatafakari upya makusudi ya mungu katika maisha yako.. Ni imani yangu kuwa mungu mwenyezi atajidhihirisha kwako kwa namna ya pekee.. Nawe utakuwa tayari kufungua moyo wako ili roho mtakatifu aingie ndani yako na kukujaza amani ya rohoni. Naam! **Amani** hutoka kwa **Mungu**, naye huwapa wale alio waridhia.

Kwa nini Mimi?

Kwa nini unanionesha jambo lenye kudhulu,
Nawe unaendelea kutazama tabu tupu?
Kwa nini kuna uporaji na
Jeuri mbele yangu?
(Habakuk 1:3)

Shabani Bakari alikuwa kijana mwelevu, na mwenye uwezo mkubwa wa kuelewa masomo darasani. Walimu walimpenda, na kumuheshimu kwa tabia yake nzuri, na udadisi aliokuwa nao. Mimi nilimfahamu kijana huyu nilipokuwa darasa la nne, alipohamia shuleni kwetu kutoka Kilombelo alikokuwa akiishi.

Tangu siku ya kwanza alipotia mguu wake shuleni kwetu, sote tulitambua kijana huyo alikuwa *genius*. Mitihani yote tuliyofanya, alikuwa mtu wa kwanza, tena kwa kupata alama za juu kuliko mwanafunzi mwingine yeyote. Kamwe hakuwahi kupata alama chini ya 95% au kuwa mtu wa pili darasani. Kutokana na rekodi hiyo Shabani alikuwa mfano wa kuigwa (*model*) kwa kila mwanafunzi wa shule yetu.

Tulipofanya mtihani wa kumaliza darasa la saba, kila mtu alikuwa na imani kuwa Shabani atafaulu na kuchaguliwa kwenda sekondari. Atafeli vipi wakati alikuwa wa kwanza katika mtihani wa moko uliohusisha shule saba? Lakini matokeo yalipotoka, kila mtu alipigwa na butwaa kusikia Shabani hakuchaguliwa kuendelea na elimu ya sekondari.

Kitendo hicho kilimsikitisha kila mtu, na hasa walimu na wazazi wake. Hakuna mtu hata mmoja aliyekuwa akifikiria eti Shabani angekosa nafasi ya kwenda sekondari. Ili kumfariji mwanawe, mzee Bakari (baba yake) akaahidi kumpeleka shule ya sekondari ya kulipia (*Private secondary school*), na mara moja akaanza mchakato wa. kumtafutia shule katika mikoa mbalimbali. Lakini kabla hajafanikiwa kupata shule inayofaa, mzee huyo akaugua na kufariki dunia ghafla. Shabani akabaki mkiwa, yeye na mama yake tu!

Kifo cha mzee huyo, kilibadilisha kabisa maisha ya Shabani. Hakuwa na mtu wa kumlipia gharama za kwenda sekondari, wala kumsaidia mama yake mzazi, aliyekuwa amevunjika moyo kwa kifo cha mumewe. Katika familia yao kina Shabani walikuwa wamezaliwa watoto wawili tu, yeye na kaka yake ambaye alifariki miaka miwili kabla ya kifo cha baba yake. Baada ya kutafakari kwa muda mrefu, Shabani akalazimika kubaki kijijini, kujishughulisha na kilimo, na biashara ndogondogo, ili aweze kumtunza mama yake.

Kutokana na juhudi kubwa aliyokuwanayo, haukupita muda mrefu maisha ya Shabani yakaanza kubadilika. Mashamba yake ya mpunga, viazi na miwa yakasitawi vema, na kumuingizia fedha zilizo muwezesha kujenga nyumba ndogo, na kuepukana na shida ya nyumba za kupanga. Nyumba hiyo ilikuwa faraja kubwa, na alama ya ushindi kwa Shabani. Ili kumsaidia mama yake aliyekuwa ameanza kuzeeka, Shabani akaoa mke akiwa angali na umri mdogo, na kuzaa mtoto mapema kuliko alivyokuwa amepanga.

Kwa miaka kadhaa maisha ya Shabani yaliendelea vizuri, japokuwa hayakuwa maisha aliyokuwa akiyaota alipokuwa shuleni. Ndoto yake kubwa ilikuwa awe daktari bingwa wa magonjwa ya moyo au mfumo wa fahamu. Pamoja na matatizo yote yaliyomkuta, ndoto hizo zilikuwa bado hazijafutika kichwani mwake. Alipoona mambo yameanza kumnyookea mara moja akaaanza mipango ya kuchukua masomo ya elimu kwa njia ya posta, maana wakati huo mambo ya *online classes* hayakuwepo.

Waswahili husema baada ya kisa huja mkasa. Mwaka uleule aliopanga kuanza masomo kwa njia ya posta, mvua kubwa ikanyesha mjini Kilosa, na kusababisha mafuriko makubwa. Mamia ya nyumba za wakazi wa maeneo hayo, pamoja na ile ya Shabani zikabomolewa kabisa, vitu vya ndani vikasombwa na maji, na mazao yaliyokuwa mashambani yakaharibiwa, na au kufukiwa na mchanga kabisa. Hakuna mmea hata mmoja uliobaki ukiwa umesimama. Shabani akajikuta amerudi katika umaskini mkubwa, kuliko alivyokuwa ameachwa na baba yake.

Nilipopata taarifa za mambo yaliyomkuta rafiki yangu, nikamtafuta ili niweze kumpa pole, na kumfariji kwa misiba iliyompata. Nilipokutana naye, alikuwa amenyong'onyea sana. Mara tu baada ya kumsalimu, na kuanza kumpa maneno ya faraja, Shabani aliniuliza maswali ambayo mpaka leo bado naendelea kuyatafakari "Kwanini mikasa yote hii inaniandama mimi tu? **Nimemkosea nini Mungu?**

Inawezekana hata wewe katika nyakati fulani umewahi kukumbwa na dhoruba kiasi cha kujiuliza "**Kwa nini mimi?**" au "kwa nini mungu anaruhusu mambo mabaya yaniandame wakati anao uwezo wa kuyazuia?" Kama umewahi kujiuliza maswali hayo, bila shaka pia utakuwa umewahi kujiuliza "Hivi mungu yupo kweli ? Kama mungu yupo kwa nini shida na tabu zinaendelea? Kwa nini wahalifu wanaendelea kutajirika na wenye haki kuteseka? Kwa nini tunamuomba Mungu lakini hajibu? Kwa nini watoto wadogo wanateseka wakati tunaambiwa wao ni malaika? Kwa nini...? Kwa nini...? Kwa nini...?

Maswali haya si ya ajabu, na kila mtu aliyewahi kukumbwa na dhoruba za maisha amewahi kujiuliza kwa namna tofauti. Kwa hiyo kama wewe ni mmoja wapo huna sababu ya kujilaumu kwa kufanya hivyo kwani hiyo si dhambi, wala kufuru. Yamkini mtu anayejiuliza maswali ya aina hii, anadhihirisha kiu yake ya kutaka kumjua Mungu zaidi. Karne nyingi zilizopita, watumishi wa mungu wa nyakati hizo waliwahi kukumbwa na dhoruba mbalimbali zilizowafanya hata wao wajiulize maswali magumu, kama haya unayojiuliza hivi leo.

Mfalme Daudi alipokuwa katika shida na mahangaiko alimuuliza mungu *"Ee BWANA kwa nini wasimama mbali? Kwanini kujificha nyakati za shida?* (Zaburi 10:1). Si kwamba mfalme Daudi alikuwa hamjui Mungu, au amepungukiwa imani, la hasha! Bali ukubwa wa dhoruba alizokuwa akipambana nazo ulimfanya ajione amewekwa mbali na uso wa mungu. Kwa sababu hiyo katika maombi yake mfalme Daudi alijinyenyekeza zaidi mbele za Mungu, na kumwambia *"Uliposema, Nitafuteni uso wangu, moyo wangu umekuambia, BWANA uso wako nitautafuta. Usinifiche uso wako kwa hasira, umekuwa msaada wangu, usinitupe. Wala usiniache, Eee Mungu wa wokovu wangu"* (Zaburi 27:8 -9).

Naye mtumishi wa mungu, nabii Habakuki alipata kumlilia mungu akisema *"Eee BWANA nilie hata lini, wewe usitake kusikia? Nakulilia kwasababu ya udhalimu, ila hutaki kuokoa. Mbona wanionesha uovu, na kunitazamisha ukaidi? Maana uharibifu na udhalimu u mbele yangu; kuna ugomvi na mashindano yatokea* (Habakuki 1:2 – 3). Nabii Habakuki alimuuliza mungu maswali hayo baada ya kuona mateso yakiendelea kwa watu wake kwa muda mrefu, hata baada ya yeye na wacha mungu wengine kumlilia mungu.

Biblia pia inaeleza kuwa hata Yesu Kristo mwenyewe, alipokuwa ametundikwa msalabani pale Golgotha, alimlilia mungu kwa uchungu akisema *"Eloi Eloi lama sabakthani"* yaani *"Mungu wangu, Mungu wangu mbona umeniacha?"* (Mathayo 27:46). Yesu, alisema maneno hayo, masaa machache kabla ya kukata roho, baada ya kujiona ametengwa mbali na Mungu. Ingawa katika maisha yake, Yesu hakufanya dhambi yoyote, akiwa pale msalabani alibeba dhambi za ulimwengu mzima. Hali hiyo ilimfanya Mungu kumuacha kwa muda ili aweze kuimaliza kazi aliyomtuma (1 Yoh 1:5).

Mifano hii michache, inatupa muelekeo kuwa si vibaya kwako, mtu wa mungu, kujiuliza maswali, na au kusemezana na mungu (kwa moyo uliopondeka) kuhusu dhoruba zinazokusumbua. Kufanya hivyo kunaweza kukusogeza karibu na mungu, na hivyo kupata faraja ya kweli, itakayokusaidia kuwa na amani ya rohoni hata kama bado uko katika majaribu.

ASILI YA TUFANI

Kimsingi, hakuna binadamu anayeweza kujisifu kuwa anafahamu kwa undani sababu, na au asili ya shida na mateso yanayosumbua wanadamu. Jambo hilo ni siri ya Mungu, na ni yeye pekee mwenye jibu sahihi, lisilo na shaka yoyote. Kwa hiyo, tukitaka kupata dondoo za ukweli wa jambo hili ni lazima tumuulize Mungu mwenyewe. Yeye anatualika tumuite na kumuuliza maswali magumu kama haya akisema *"Niite, nami nitakuitika, nami nitakuonesha mambo makubwa, magumu usiyoyajua"* (Yeremia 33:3). Hivyo kwa kusoma maandiko matakatifu, kutafakari Neno lake, na kumuomba roho mtakatifu atuongoze, tunaweza kupata majibu ya maswali yetu; na hivyo kujua asili ya shida na mateso yanayotusumbua.

Mwenyezi mungu anatuambia kupitia neno lake (Biblia) kuwa yeye si muasisi wa tufani na dhoruba zinazosumbua ulimwengu; na wala hafurahi anapoona wanadamu wanateseka. Yeye ni Mungu mwenye upendo mkuu usioelezeka. Miaka mingi iliyopita mtume Yohana alituandikia waraka kutueleza upendo wa Mungu akisema *"Nasi tumelifahamu pendo alilo nalo Mungu kwetu sisi, na kuliamini. Mungu ni upendo, naye akaaye katika pendo hukaa ndani ya Mungu, na Mungu hukaa ndani yake"* (1 Yohana 4:16).

Yohana ameyafafanua maneno haya katika injili aliyoiandika akisema *"Kwa maana jinsi hii Mungu aliupenda ulimwengu, hata akamtoa mwana wake wa pekee ili kila mtu amwaminiye asipotee bali awe na uzima wa milele* (Yohana 3:16). Kumbe furaha ya Mungu ni kumuona kila mtu akiwa na uzima wa milele, na si kuishi maisha mafupi ya mahangaiko.

Mtume Yohana anasisitiza zaidi ujumbe huu kwa kusema *"Yeye* (mtu) *asiyependa hakumjua mungu, kwa maana Mungu ni upendo…Si kwamba sisi tulimpenda Mungu, bali kwamba yeye alitupenda sisi…"* (1Yohana 4:8). Maneno haya ni ushuhuda kuwa Mungu anatupenda mno, na kamwe hapendi kuona tukiteseka na au kuangamizwa.

Upendo wa Mungu kwetu pia unaweza kuonekana kwa kutafakari kazi yake ya uumbaji. Kama umesoma kitabu cha Mwanzo, bila shaka utakumbuka kuwa Mungu hakuumba kitu chochote kibaya au kisichofaa. Kila kitu alichokifanya alihakikisha ni chema sana, na chenye kutangaza sifa, heshima, na utukufu wake mkuu unaofurika upendo (Mwanzo 1:31). Mungu hakupendezwa kuumba kitu chochote kibaya kwa sababu hakutaka uovu uwepo duniani. Alitaka dunia iwe ya furaha, amani na upendo wa agape.

Mara tu baada ya kukamilisha kazi yake ya uumbaji, Mungu aliwapa Adamu na Hawa haki na uhuru wa kuchagua. Haki hiyo ndiyo iliyowaruhusu kufikiria, kuchagua, na kuamua majina ya kuwapa wanyama, ndege, samaki, wadudu na viumbe vyote ambavyo Mungu alikuwa ameviumba. Kama angetaka, Mungu mwenyewe angeweza kuvipa majina viumbe vyote alivyoviumba na kumuagiza Adamu kuyatii majina hayo. Lakini kwa sababu ya upendo wake, Mungu, alimpa Adamu haki hiyo, iliyoambatana na uwezo wa kutawala viumbe vyote na kuvitiisha.

Mungu, aliwapa Adam na Hawa uhuru wa kufanya maamuzi yote katika maisha yao, kwa sababu alikuwa anawapenda. Alitaka waishi kwa furaha, chini ya utawala wake, wakiwa wanawe wapenzi, na si watumwa wanaokandamizwa. Ndiyo maana aliwaruhusu kula chochote, kwenda mahali popote, na wakati wowote, na hata akawapa uhuru wa kustarehe pasipo hofu; tena kwa kuwabariki akisema *"Zaeni mkaongezeke, mkaijaze nchi na kuitiisha; mkatawale samaki wa baharini, na ndege wa angani, na kila kiumbe chenye uhai kiendacho juu ya nchi"* (Mwanzo 1:28).

Mungu hakuwaagiza Adam na Hawa kufanya toba, kufunga, wala kufanya mambo mengine mengi ambayo sisi tunatakiwa kufanya (Mathayo 9:14). Hawakuwa na sababu ya kufanya hivyo kwa sababu walikuwa watu wakamilifu katika kila hali. Dhambi haikuwepo ulimwenguni, na uwepo wa Mungu ulikuwa umewazunguka muda wote. Ibada pekee waliyopaswa kufanya ilikuwa kutokula matunda ya mti wa katikati. Mti huo ndio ulikuwa kipimo pekee cha uadilifu, utii na uaminifu wao kwa Mungu.

Kwa vile shetani alikuwa amewahi kuishi mbinguni akiwa malaika (Ezekiel 28:14), alikuwa akijua umuhimu wa kumtii Mungu, na hasara ya kutofanya hivyo. Alijua jinsi Mungu anavyowapenda watu wake, na uhuru wa kuchagua aliokuwa amewapa. Uhuru unaobeba haki ya kuchagua kumtii Mungu, au kumuasi. Shetani alitambua kama akifanikiwa kuwashawishi Adam na Hawa kula tunda walilokatazwa, binadamu wote wangeingia katika hatia ya uasi, na kutengwa na Mungu. Jambo ambalo lingempa yeye nafasi ya kuwatawala kwa mabavu.

Kwa ufahamu huo, ibilisi alimfuata Hawa akiwa katika umbo la nyoka, na kumshawishi kula tunda walilokatazwa. Shetani alitumia lugha ya ulaghai kuwafanya Adam na Hawa wamuone Mungu muongo, wamuamini yeye (shetani) na kuingia tamaa ya kufanana na Mungu. *"Hakika hamtakufa, kwa maana Mungu anajua siku mtakayokula matunda ya mti huo, mtafumbuliwa macho, nanyi mtakuwa kama Mungu, mkijua mema na mabaya"* aliwaambia (Mwanzo 3:4 -5).

Kwa kuukubali uongo wa shetani na kula tunda la mti waliokatazwa, Adam na Hawa walijitia katika utumwa wa dhambi, na kujiweka chini ya utawala wa shetani. Kwa hiari yao wenyewe wakawa wameuza haki yao ya kuishi milele kama wana wa Mungu, na kujihukumu adhabu ya kifo. Kumbuka Mungu si muongo, ahadi zake ni amini, na alikuwa amekwisha muonya Adam kwa kumwambia *"siku utakapokula matunda ya mti huo utakufa hakika* (Mwanzo 2:17).

Kwahiyo kifo na mateso si mpango wa Mungu, bali matokeo ya uamuzi mbaya ulioufanywa na wazazi wetu wa mwanzo. Uamuzi wa kuchagua kumuasi mungu, na kumtii shetani ibilisi. Malaika muasi, muongo na baba wa uongo.

Biblia inaweka bayana kuwa *"Mshahara wa dhambi ni mauti na karama ya mungu ni uzima wa milele"* (Warumi 6: 23).

Bila shaka utajiuliza swali hili: "Kama Adamu na Hawa ndio waliomuasi Mungu na kuchagua kumtii shetani kwanini sisi ambao hatukuwepo wakati huo tuadhibiwe kwa ajili ya makosa yao? Biblia inatuambia ni kawaida ya Mungu kuweka agano na mtu mmoja kwa ajili ya taifa zima (Mwanzo 13:14 – 15). Kwa hiyo mtu wa kwanza Adam alipofanya agano na Mungu, alifanya hivyo kwa niaba ya kizazi chake chote. Hivyo alipovunja agano hilo kwa kumtii shetani, na kumuasi Mungu, alijidumbukiza katika tabu yeye na kizazi chake chote. Miaka mingi baadae mungu alimwambia Musa *"Mungu wako, ni Mungu mwenye wivu. Nawapatiliza wana maovu ya baba zao, hata kizazi cha tatu na cha nne chao wanichukiao"* (Kutoka 20:5).

Kwa hiyo ingawa sisi tumezaliwa miaka mingi sana baadae, tumerithi dunia iliyojaa dhambi, shida na mateso chini ya utawala mbaya wa shetani ibilisi. Kwa kutumia haki ya utawala aliyokabidhiwa na Adam na Hawa katika bustani ya Eden, shetani anaendelea kutushambulia kwa silaha mbalimbali. Mojawapo ya silaha hizo ni mapepo (theruthi ya malaika waasi waliotupwa kutoka mbinguni) ambao huwaingia watu na kuwaburuza kufanya vita, na uhalifu wa kila namna, kuleta magonjwa ya ajabu (Marko 5:1 – 14) na kusababisha majanga ya kila namna (Waefeso 6:12).

Kwa kifupi tufani zote zinazotuandama katika maisha hazikuasisiwa na mungu, bali yule muovu, shetani ibilisi (Yakobo 1:13). Tangu alipomuasi Mungu, na kufukuzwa mbinguni, shetani amekuwa akifanya bidii kubwa katika mambo makuu mawili: **kuwashawishi** watu watende dhambi ili wapoteze haki ya kuwa wana wa Mungu, na kuwatia **hofu** ili wapoteze imani na matumaini yao.

Ni vema basi kukumbuka kwamba Mungu ana nguvu, uweza na mamlaka makubwa kuliko shetani na au kiumbe kingine chochote. Anao uwezo wa kumzuia shetani kufanya lolote, kumfunga, na hata kumuangamiza kabisa (Isaya 45:5 - 7). Ni kwa sababu hii ibilisi alipotaka kumjaribu Ayubu alilazimika kuomba kibali cha Mungu, kwani mtakatifu huyo

TUFANI INAPOVUMA – UWE NA AMANI

alikuwa amezungukwa na wigo wa Mungu, ambao shetani asingeweza kuupenya (Ayubu 1:9–10). Ukweli huu unathibitishwa na maneno ya nabii Yeremia, ambaye kwa kuongozwa na roho aliomboleza akisema *"Ni nani asemaye neno nalo likafanyika, Ikiwa Bwana hakuliagiza? Katika kinywa chake Aliye juu Hayatoki maovu na mema?"* (Maombolezo 3:37)

Kwa hiyo weka tumaini lako kwa Mungu ili akutetee unapoingia majaribuni (Zaburi 23). Ni yeye pekee mwenye uwezo wa kumfunga shetani na kumtupa kuzimu.

II

Bila shaka utajiuliza swali hili: "kama Mungu ana nguvu na mamlaka kuliko shetani, kwa nini anamuacha aendelee kuwepo, na kutusumbua? Kwa nini anaacha tufani ziendelee kuvuma na kututesa?

Mwenyezi Mungu anazo sifa nyingi zisizoweza kuhesabika. Sifa hizo zinatokana na nguvu, uweza na mamlaka aliyonayo juu ya viumbe vyote, vinavyo onekana na visivyo onekana. Yeye ndiye aliyeumba mbingu na dunia, na mfumo mzima wa jua, nyota, sayari na vitu vyote vilivyomo ndani yake. Akaumba aina zote za malaika, makerubi, maserafi na viumbe wengine walioko mbinguni ambao hatujawahi kuwaona wala kuwasikia.

Tunaweza pia kuzitambua sifa nyingine nyingi za Mungu, kwa kutafakari maana ya majina yake. Yeye anaitwa *Elohim* (*Elohay Kedem*) yaani Mungu mwenye nguvu, wa milele (Kumb torati 33:27) jina hili *Elohim* kwenye biblia linaoneka zaidi ya mara 2,300; Anaitwa "*Niko* ambaye *Niko*" (Kutoka 3:14) kwa sababu yeye ni mungu asiyeumbwa; alikuwepo, yupo na ataendelea kuwepo. Mungu pia anaitwa *Yahwe* (YHWH) au *Jehova – Adonai* yaani BWANA, jina maarufu zaidi, ambalo katika Biblia linaonekana zaidi ya mara elfu saba.

Majina mengine ya sifa za mungu ni pamoja na: *El-Yeshuati* – Mungu wa wokovu wangu (Isaya 12:2), *El-Yisrael* -

Mimi ni BWANA, wala hapana mwingine; zaidi yangu mimi hapana Mungu; nitakufunga mshipi ijapokuwa hukunijua. Ili wapate kujua toka maawio ya jua, na toka magharibi, ya kuwa hapana mwingine zaidi ya mimi. Mimi ni BWANA wala hapana mwingine. Mimi naiumba nuru, na kulihuruku giza; mimi nafanya suluhu, na kuhuluku ubaya. Mimi ni BWANA niyatendaye hayo yote.

(ISAYA 45:5 – 7)

TUFANI INAPOVUMA – UWE NA AMANI

Mungu wa Israel (Zaburi 68:35), *Elohay Elohim* – Mungu wa miungu (Kumb torati 10:17), *Elah Yerush'lem* – Mungu wa Yerusalem (Ezra 7:19), *Yehova Shalom* – Mungu (mfalme) wa amani (Waamuzi 6:24). *Yehova- M'kadish* – Mungu wa utakaso (Ezekiel 37:28), *Elohay Mishpat* – Mungu wa haki (Isaya 30:18).

Majina na sifa hizi, licha ya kutuonesha nguvu na uwezo wa mungu, pia zinatuhakikishia kuwa viumbe vyote (pamoja na ibilisi) viko chini ya mamlaka yake na hivyo ni yeye tu (Mungu) mwenye uwezo wa kuvipa uhai au kuviangamiza kabisa. Kumbe basi Mungu anayo makusudi maalum kumruhusu ibilisi aendelee kuishi, na hata kutushambulia kwa dhoruba mbalimbali, ambazo wengi wetu huziita majaribu. Je! Kwa nini ameamua kumpa uhuru huo?

(a) Kubainisha uongo wa ibilisi

Mungu hulitunza agano lake na kuisimamia kweli, kwani neno lake ndiyo kweli. Yeye huwalinda wamtumainio, na kujivunia watakatifu wake, hasa waliopo duniani. Akizungumza kwa kinywa cha mfalme Daudi, Mungu anatuambia *"Watakatifu waliopo duniani ndio walio bora. Hao ndio niliopendezwa nao"* (Zaburi 16:3). Kumbe Mungu huona raha na kujivuna kwa ajili ya wale wanaomtii na kuenenda katika njia zake. Kwa hiyo shetani anapozusha hoja yoyote kupinga unyofu wa watakatifu wake, au jambo lingine linalofanana na hilo, Mungu huwa tayari kumpa nafasi ya kuthibitisha hoja au mashitaka yake. Kwa maana Mungu ni wa haki, na haki yake inapita haki zote.

Mmojawapo wa watu waliopata shida na mateso kwa sababu ya uongo (madai) wa shetani ni Ayubu, mtakatifu wa kale, aliyeishi katika nchi ya Usi karne nyingi zilizopita. Biblia inaeleza kuwa, Ayubu alikuwa mtu mkamilifu na mwelekevu, mcha Mungu, aliyejiepusha na uovu (Ayubu 1:1). Sifa hizi za kupendeza, zilimfanya shetani amuangalie kwa jicho baya, na kumchukia. Hata hivyo, hakuweza kumgusa kwa sababu ulinzi wa Mungu ulikuwa umemzunguka.

Biblia inafafanua kuwa siku moja, wakati Mungu alipokuwa akizungumza na watakatifu wake, shetani naye alikwenda kujihudhulisha. Ndipo Mungu alipomuuliza, *"Umetoka wapi wewe?"* Bila shaka Mungu alimuuliza swali hilo, kwa sababu kiumbe huyo hakuwa amealikwa katika hadhara ya watakatifu. Shetani alipojibu kuwa ametoka kuzungukazunguka, Mungu alimtaka aeleze, kama katika zunguka yake amemuona Ayubu, mtumishi wake mtakatifu. Ndipo shetani alipozua mashitaka mengi juu ya Ayubu na kuuliza maswali kadhaa aliyotaka Mungu ayajibu. *"Je, huyo Ayubu yu amcha BWANA bure? Wewe hukumzingira kwa ukigo pande zote, pamoja na nyumba yake na vitu vyote alivyo navyo? Kazi za mikono yake umezibariki, nayo mali yake imeongezeka katika nchi. Lakini nyosha mkono wako sasa, uyaguse hayo yote aliyo nayo, naye atakukufuru mbele za uso wako"* Shetani alidai (Ayubu 1:9).

Ki msingi shetani alikuwa akimshutumu Mungu kwamba si Mungu wa haki; bali ni mwenye upendeleo, na kuwa wale wamchao (kama Ayubu) wanafanya hivyo si kwa kupenda, ila kwa lengo la kurudisha fadhira za upendeleo wanaopewa na Mungu. Kuipa nguvu hoja yake, Shetani alitumia wigo wa ulinzi wa Mungu uliomzunguka Ayubu, kama ushahidi wa rushwa aliyopewa. Kwa vile Mungu ni wa haki, aliamua kumruhusu Shetani amjaribu Ayubu kwa kadri anavyoona inafaa, ila asichukue roho yake.

Kufuatia ruhusa hiyo, shetani alifanya kazi kubwa ya kusambaratisha maisha ya Ayubu. Alivuruga mali zake zote na kumuacha akiwa maskini kabisa. Alipoona jaribu hilo halikumtikisa Ayubu, akaamua kuua watoto wake wote. Shetani alifikiri kufanya hivyo kungemfanya Ayubu kumchukia Mungu na kuacha kumuabudu. Hata hivyo, Ayubu hakutikisika. Alipoona hila hiyo pia imeshindikana, shetani alimshambulia Ayubu kwa ugonjwa mbaya wa majipu uliomfanya apate maumivu makubwa. Ngozi yake iliharibika na kutoa harufu ya mbaya iliyofanya watu waogope kumsogelea. Badala ya kukaa barazani na rafiki zake Ayubu akatumia muda mwingi jalalani akijipaka majivu na kujisugua kwa kigae. Hata hivyo Ayubu hakumuacha Mungu, aliendelea kumuabudu, na kumtumaini kwa nguvu zake zote.

Mbinu zake za msingi ziliposhindwa, shetani akajaribu

kutumia silaha aliyoitumia kumuangusha Adam, yaani kujipenyeza kwa mke wake. Biblia inaeleza kuwa mke wa Ayubu baada ya kuingiwa na roho ya ibilisi, alimfuata mumewe na kumshawishi kwa bidii amkufuru Mungu (Ayubu 2:9). Hata hivyo, Ayubu hakukubali. Badala yake akamkemea kwa upumbavu aliouonesha akimwambia *"Wewe wanena kama mmoja wa hao wanawake wapumbavu anenavyo. Je! Tupate mema mkononi mwa Mungu, nasi tusipate mabaya?* (Ayubu 2:10). Maneno hayo yalimfanya mkewe atafakari upya nguvu na uweza wa Mungu.

Biblia inaeleza kwamba shetani aliendelea kumsumbua Ayubu kwa muda wa miaka saba, akitumia kila njia na kila mtego aliofikiri unaweza kumuangusha dhambini. Hata hivyo, Ayubu hakukubali kumuacha Mungu. Ni dhahiri kuwa shetani alitamani sana kuitoa roho ya Ayubu, lakini kwa vile jambo hilo lilikuwa nje ya uwezo wake alilazimika kusalimu amri, na kumpa ushindi. Ni kwa ushindi huo leo hii tunaweza kujivuna, na kuwa na ujasiri kuwa mtu anaweza kuendelea kuwa mtii, na mwaminifu mbele za Mungu, hata kama anakabiliwa na hali ngumu ya maisha, magonjwa yasiyopona, vifo vya wapendwa, au majaribu mengine ya kutisha.

(b) Kutuimarisha katika Imani

Mwaka 2006 mke wangu, Maridhia alikamatwa na maafisa wa uhamiaji (CBP) katika uwanja wa ndege wa kimataifa wa George Bush, jijini Houston, Texas alipokuwa akiingia nchini kutoka Tanzania. Maafisa hao walipekua vitu vyake, na kumuhoji kwa muda mrefu, kabla ya kujiridhisha kuwa mama huyo aliyekuwa amefuatana na watoto wawili hakuwa na sifa za kuruhusiwa kuingia Marekani. Bila kupoteza muda maafisa hao waliwaita mawakala wa shirika la ndege la Uholanzi, KLM kuwajulisha kuwa wasafiri hao watatu wanatakiwa kurudishwa katika nchi waliyotoka (Tanzania) kwa sababu za kiuhamiaji.

Kwa dakika kadhaa Maridhia alibaki akiwa ameduwaa, asijue la kufanya. Ingawa alikuwa na viza halali, mpya, iliyotolewa katika ubalozi wa Marekani nchini Tanzania, kisheria alikuwa hakubaliki kuingia Marekani, kwa sababu miaka ya nyuma aliwahi kuishi nchini humo kama muhamiaji haramu, baada ya viza aliyokuwanayo kuisha muda wake (*expired visa*). Kwa mujibu wa sheria za Marekani alikuwa hakubaliki kuingia nchini (*Inadmissible*) kwa muda wa miaka kumi tangu siku aliyotoka nje ya nchi. Wakati huo ilikuwa imepita miezi kumi tu tangu alipotoka. Kwa hiyo maafisa wa uhamiaji hawakuwa wakimuonea, bali walikuwa wakifanya kazi yao kwa mujibu wa sheria, na Maridhia hakuwa na ujanja wa kujitetea.

Wakati mahojiano yakiendelea, maafisa wa uhamiaji wakamuuliza Maridhia, kama angependa kupiga simu, ili kuwataarifa watu waliokuja kumpokea waondoke, wasipoteze muda wao bure. Mama huyo alikubali ushauri huo, na akatumia fulsa hiyo kumpigia Nicholaus, mmoja wa watu tuliokuwa tukishirikiana nao katika *fellowship*. Nicholaus alipopata taarifa, hakupoteza muda, akawapigia simu waamini wengine na mara moja wakaingia katika maombi ya kukemea hila za ibilisi, na kumuomba Mungu aliyewezesha kupatikana kwa viza, akamilishe muujiza aliouanza kwa kufanya mja wake apewe upendeleo wa pekee.

Wakati huo Maridhia na watoto walikuwa katika chumba cha maafisa wa uhamiaji, wakisubiri kurudishwa Tanzania. Ghafla, binti yetu aliyekuwa na umri wa miaka mitatu na nusu akaanza kuumwa. Katika muda mfupi tu hali yake ikabadilika kuwa mbaya, kiasi cha kuwatia hofu maafisa uhamiaji. Maridhia akajikuta akizidi kuchanganyikiwa kwani matatizo yalikuwa yakipandiana. Hebu fikiria mtu amekataliwa kuingia Marekani, yuko katika taratibu za kurudishwa Tanzania, na ghafla mtoto ameanza kuumwa. Katika nyakati kama hizi ndipo hata mtu mwenye imani huweza kujikuta akimuuliza Mungu "Bwana, kwa nini wasimama mbali?"

Hali ya mtoto ilipokuwa mbaya zaidi, maafisa wa uhamiaji wakalazimika kupiga simu 911 kuita gari la wagonjwa limpeleke hospitali. Ili kumuwezesha Maridhia kutoka uwanja wa ndege, kwenda hospitali na mtoto, maafisa hao wakalazimika kumpa ruhusa ya kuingia na kukaa Marekani kwa siku therathini (I 94) ingawa alikuwa **hakubaliki** kuingia. Si hivyo tu, maafisa hao pia wakajitolea kumpelekea mizigo yake nyumbani, au mahali pengine atakapoamua (bure) ili kumpunguzia usumbufu wa kwenda nayo hospitali.

Bila kupoteza muda Maridhia na watoto wakaingizwa katika gari la wagonjwa (*ambulance*) na kukimbizwa katika hospitali kuu ya serikali (Ben Toub) iliyoko katikati ya jiji la Houston. Mara tu walipofika, madaktari na wauguzi wakakimbizana kumfanyia mtoto uchunguzi wa kina, ili kutambua ugonjwa uliokuwa ukimsumbua. Madaktari walikuwa na wasiwasi mkubwa, hasa baada ya kuambiwa kuwa mtoto huyo ndiyo kwanza alikuwa ameingia nchini kutoka Afrika. Kwa sababu hiyo wakamfanyia uchunguzi wa kina, na vipimo visivyo idadi. Lakini matokeo ya vipimo hivyo yalipotoka, madaktari wakastaajabu kuona mtoto huyo hakuwa na tatizo lolote, zaidi ya uchovu wa safari, na usingizi tu. Muda mfupi baadae wakamruhusu kutoka hospitali, na wote watatu (mama na watoto) wakarudi nyumbani salama, wakiwa wenye furaha na amani mioyoni.

Inawezekana kisa hiki kisiwe cha maana au kisikuguse kwa sababu hakikuhusu moja kwa moja. Lakini hebu fikiri, kama mtoto huyu asingeonekana anaumwa, bila shaka mama yake asingeruhusiwa kuingia Marekani; hivyo wote watatu wangerudishwa Tanzania. Lakini kwa sababu Mungu alikuwa na makusudi maalum, kwa neema yake; na kwa maombi ya waamini wake, alifanya muujiza ili waweze kuingia. Jambo lililoonekana kuwa gumu na baya, yeye alilitumia kujipatia utukufu, na kutuimarisha katika imani. Kumbe sio kila jambo gumu au lisilopendeza ni baya kwetu. Mungu anaweza kutumia shida na madhaifu yetu kutuinua, kutuimarisha katika imani, na yeye kujipatia utukufu kwa watu wote.

Siku chache baadae, mimi na mke wangu tulipokuwa tukitafakari tukio hili, tukakumbuka jambo lingine linalo husiana nalo. Mwaka mmoja kabla ya tukio hili, wakati Maridhia alipokuwa Marekani, akijiandaa kurudi Tanzania, mama mmoja alimuonya asitoke nje ya nchi hiyo kwa sababu alikuwa hajapata kibali cha ukazi wa kudumu (*green card*)

Mama huyo alimwambia "Ukiondoka Marekani, ujue huo ndio utakuwa mwisho wako wa kukanyaga nchi hii, hutarudi tena! Nani atakayekuruhusu kuingia wakati ume *overstay* kwa miaka minne?

Kwa imani, Maridhia alimjibu mama huyo "Naondoka kwa sababu sina mpango wa kurudi tena nchi hii. Lakini kama nikitaka kurudi, nitarudi tu, hakuna mtu anayeweza kunizuia" Kwa mzaha mkubwa mama huyo akamwambia "Hata kama rais George Bush angekuwa baba yako, nakuhakikishia hutaweza kuingia. Nchi hii watu wanafuata sheria, si kama Tanzania yenu" Kwa kuchukizwa na maneno hayo ya kejeli, Maridhia akamjibu kwa ghadhabu "Mimi simtegemei rais Bush, wala mtu mwingine yoyote, namtumaini Mungu aliye hai, asiyeshindwa na jambo lolote"

Mazungumzo hayo yalikuwa ya kawaida, yaliyojaa utani, mizaha na kejeli. Maonyo ambayo mama huyo alijaribu kumpa Maridhia yalikuwa yakufaa, kwa mujibu wa taratibu na maisha ya wahamiaji isipokuwa, hayakumpa Mungu heshima na utukufu anaostahili. Kwa kuwa Mungu alikuwa ametega sikio lake, akisikiliza kila neno linalotoka katika vinywa vya wamama hawa, lilipotajwa neno la kumpa utukufu, yeye aliamua kulisimamia. Kwa nguvu zake, na kwa wakati uliompendeza, alidhihirisha maneno ya mjakazi wake kuwa yeye ni Mungu asiyeshindwa. Muujiza huu ulisaidia sana kuimarisha imani za waamini wengi waliokuwa wakilegalega, na kuwashuhudia wale waliokuwa hawajampokea Yesu.

Kumbe majaribu yanaweza kuwa msaada mkubwa wa kubadilisha maisha yetu ya kimwili, kiroho na kiakili. Akiongozwa na roho wa Mungu, mtume Yakobo aliwahi kusema *"Ndugu zangu hesabuni ya kuwa ni furaha mkianguka katika majaribu. Mkifahamu ya kuwa kujaribiwa kwa imani yenu huleta saburi. Saburi na iwe na kazi kamilifu, mpate kuwa wakamilifu na watimilifu bila kupungukiwa neno"* (Yakobo 1:2 – 4). Kumbe majaribu yanaweza kutuongezea saburi, na ukamilifu katika Kristo. Yanaweza kututoa katika nafasi ya waathirika, na kutusimamisha jukwaani tukiwa washindi. Jambo hili tunaweza kulitafakari kwa undani kwa kuchunguza maisha ya Yusufu muota ndoto.

Biblia inaeleza kwamba Yusufu akiwa na umri wa miaka 17 aliota ndoto mbili zilizoonesha jinsi maisha yake ya baadaye yatakavyokuwa. Katika ndoto ya kwanza Yusufu alijiona yeye, wazazi wake wote wawili, pamoja na ndugu zake kumi na mmoja wakifunga miganda ya ngano. Mara mganda wa Yusufu uliondoka na kusimama, na tazama miganda mingine yote (ya wazazi na ndugu zake) ikazunguka na kuinama mbele ya mganda wake. Katika ndoto ya pili Yusufu aliona Jua, mwezi na nyota kumi na moja zikimuinamia, hali iliyoashiria kuwa siku moja atakuwa mtu wa cheo cha juu (Mwanzo 37:5 – 11).

Katika hali ya kawaida, tungetarajia ndoto hizi zingeleta mabadiliko chanya kwa ndugu na wazazi wa Yusufu. Tungetazamia familia kufurahi pamoja naye, kumpongeza, na kumuunga mkono katika kila jambo ili kufanikisha ndoto hizo, kwa sababu mafanikio ya Yusufu, ni mafanikio ya familia nzima. Vilevile tungetarajia kuanzia wakati huo Yusufu angepewa upendeleo maalum, kupatiwa mafunzo ya kumsaidia kukuza vipaji vyake, na kama inawezekana, hata kumpatia ulinzi ili asije akauawa na maadui, na hivyo familia kupoteza nafasi ya kushika utawala.

Lakini Yusufu alipowaeleza watu wa nyumbani kwao habari ya ndoto alizoota, mambo yalikuwa kinyume kabisa. Baba yake alimkemea kwa kujiinua, na ndugu zake walimchukia na kutafuta njia ya kumuangamiza. Yamkini badala ya ndoto hizo kuwa baraka kwa familia, zikawa ndiyo chimbuko la chuki, husuda, shida na mateso kwa Yusufu. Siku chache baadae Yusufu akatumbukizwa kisimani. Watu waliofanya hivyo, hawakuwa maadui wa kutoka mbali, bali ndugu zake aliowapenda, kuwaheshimu na kuwaamini. Wakati Yusufu akimlilia Mungu na pengine kutafakari mbinu ya kuweza kujiokoa, ndugu zake wakamtoa kisimani na kumuuza kwa Waishmaeli waliokuwa wakipita. Kwa mara ya kwanza katika maisha yake Yusufu akajikuta akitenganishwa na familia yake, na kupelekwa utumwani Misri.

Bila shaka Yusufu alilia kwa uchungu na kuugua sana

moyoni mwake. Kwanza, kwa kutenganishwa na wazazi, ndugu, jamaa na marafiki zake. Pili kwa mateso makali ya utumwa ambayo yalikuwa ndiyo sehemu ya maisha yake. Nyakati hizo watumwa walionekana si binadamu, bali vitendea kazi tu. Walifanyishwa kazi ngumu, bila kupewa chakula cha kutosha, walipigwa mijeredi, na kunyimwa huduma muhimu. Pamoja na mateso hayo yote, Yusufu aliendelea kumuamini na kumtii Mungu.

Akiwa utumwani katika nchi ya Misri, Yusufu alinunuliwa na Potifa, akida wa Farao, na mkuu wa askari. Potifa alimfanya Yusufu kuwa muangalizi wa nyumba na mali zake. Kwa vile neema na baraka za Mungu zilikuwa zikiendelea kufuatana naye kila mahali, haikuchukua muda mrefu Potifa akatambua umuhimu wa Yusufu. Mali zake ziliongezeka, na mambo yake yaliyokuwa yamekwama yalifunguka. Jambo hili lilimfanya amwamini, na kumpa madaraka makubwa zaidi katika nyumba yake. Madaraka hayo yalimfanya Yusufu aweze kuishi kwa unafuu zaidi japokuwa aliendelea kuwa mtumwa.

Haikuchukua muda mrefu, Yusufu akaingia katika jaribu lingine. Mke wa Potifa alipoona uaminifu wa Yusufu, na uzuri aliokuwa nao, akatamani kulala naye. Kwa siku kadhaa alijaribu kumshawishi akubali kufanya naye uzinzi lakini Yusufu hakukubali. Alipoona ushawishi wake umeshindikana, ndipo akajaribu kumkamata kwa nguvu, na hatimaye kumzulia kesi ya kujaribu kubaka iliyofanya Yusufu atupwe gerezani (Mwanzo 39).

Akiwa gerezani Mungu aliendelea kuwa pamoja na Yusufu hali iliyomfanya kupewa upendeleo na mkuu wa gereza, kiasi cha kufanywa kuwa mwangalizi wa wafungwa wote. Gerezani humo ndipo pia Yusufu alipokutana na wafungwa wengine wawili (mwokaji na mnyweshaji wa mfalme) aliowatafsiria ndoto zao. Tafsiri ya ndoto hizo, ndiyo iliyomfanya Yusufu apate nafasi ya kutafsiri ndoto za Farao, na hatimaye kuinuliwa kuwa waziri mkuu wa Misri (Mwanzo 40).

Ukitafakari kwa kina safari nzima ya maisha ya Yusufu utatambua mambo makuu matatu. Jambo la kwanza ni kuwa kila jaribu alilopitia katika maisha yake lilikuwa shule ya kumuimarisha na kumjenga kimwili, kiroho na kiakili. Uwezo wake wa kufikiri uliongezeka, ujuzi wake katika vipaji mbalimbali ulikuwa, na imani yake iliongezeka.

Wachunguzi wa mambo ya kisaikolojia wanaeleza kuwa mazingira magumu husaidia sana kuimarisha uwezo wa mtu katika kufikiri. Katika uchunguzi wao wa kisayansi, uliochapwa kwenye kitabu kiitwacho *Intelligence, Heredity and Environment* wanasaikolojia Sternberg na Grigorenko wanaeleza kuwa mtu anayepitia shida, vikwazo au mazingira yenye changamoto nyingi, huweza kujenga uwezo mkubwa zaidi wa kufikiri, kuvumilia, na kufanya maamuzi magumu (Sternberg, R.J & Grigorenko, E 1997).

Kwa sababu hiyo wanajeshi, majasusi na watu wengine wanaofanya kazi ngumu, za hatari, na zenye kuhitaji uwezo mkubwa wa kufikiri, na kufanya maamuzi ya haraka na sahihi, hupewa mafunzo magumu na ya hatari ili kuimarisha uwezo wao. Kwa
mfano, makomando wa jeshi la Marekani wanaojulikana kama SEAL TEAM 6 ndio wanaoheshimiwa na kuogopwa duniani kutokana na uwezo wao mkubwa wa kufanya opereshani ngumu za kivita. Uwezo wa makomando hao unatokana na mazoezi magumu na ya hatari wanayofanyishwa wakati wa mafunzo, na kila kabla ya opereshani maalum.. Ugumu wa mafunzo hayo huwafanya wanafunzi (*Cadet*) wengi hushindwa kuhitimu kwa sababu mbalimbali ikiwa pamoja na kuumia, kutoroka, kukataa kuendelea, au kufukuzwa. Makomando wachache wanaohitimu huwa hazina ya taifa hivyo hupewa heshima ya pekee (*Elites*).

Hali kadharika, Mwenyezi Mungu anapotaka kukuinua, kukupa majukumu mazito, au kukufanya mtawala, anaweza kukupitisha katika mambo magumu na ya kukatisha tamaa kwa kadri anavyoona inafaa. Magumu hayo hulenga kukuimarisha kimwili, kiroho na kiakiri. Lakini kama ilivyo kwa makomando, ni wewe mwenyewe unayepaswa kuonesha ujasili wa kuvumilia mafunzo hayo ili uweze kuwa mshindi. Bila shaka hii ndiyo maana ya maneno ya Mtume Yakobo kuwa "*Heri mtu yule astahimiliye majaribu, kwa sababu akiisha kukubaliwa ataipokea taji ya uzima,* BWANA *aliyowaahidia wampendao"* (Yakobo 1:12).

Pengine unaweza kujiuliza kwa sababu gani watu wengine wanatajirika haraka, wanapata madaraka makubwa, na au kufanikiwa kwa namna moja au nyingine bila kupitia mambo magumu au ya kukatisha tamaa? Jibu ni kuwa mwenyezi Mungu anatujua binadamu wote vizuri sana. Anafahamu jambo gani linaweza kuwa gumu (jaribu) kwa huyu lakini likawa jepesi kwa mwingine. Anajua uwezo wa kuvumilia kwetu, mambo yanayotufurahisha na kutukarahisha, vitu vinavyoweza kutufanya tumsahau, na kadharika. Zaidi ya yote, yeye anajua kusudi aliloweka moyoni mwa kila mmoja wetu, maana yeye ndiye aliye tuumba. Kwa hiyo anapomuandaa mtu, hufanya hivyo kwa upendo, neema, rehema na fadhiri zake, na pia kutegemea jukumu analokusudia kumpa mtu huyo..

Ili kuwa waziri mkuu, anayefaa kusimamia ugawaji wa chakula wakati wa njaa, Mungu aliona vema Yusufu awe mtumwa, japo kwa muda. Maisha ya utumwa yalimfundisha Yusufu kushiba na kuona njaa, kukesha na kulala usingizi, kuonewa na kupata rehema, kufanya kazi ngumu na kupumzika, kuongoza na kuongozwa. Mafunzo haya yaliuponda ponda moyo wa Yusufu, yalimuondolea hofu, kiburi, dharau majivuno, na takataka nyingine ambazo zingeweza kumea katika moyo wake. Wakati wa kufanywa waziri mkuu ulipofika, Yusufu alikuwa ameshakomaa kiasi cha kuweza kumudu majukumu yake ipasavyo.

Jambo lingine tunaloweza kujifunza kutokana na habari hii, ni kuwa **makusudi ya Mungu hayawezi hazuilika** (Ayubu 42:2). Hii ina maana kuwa, Mungu hawezi kukuondoa duniani kabla kusudi lake katika maisha yako halijakamilika. Kwa hiyo kama ukisimama katika imani, hakuna mtu yeyote anayeweza kukurudisha nyuma, kuzuia makusudi ya Mungu kwako, wala kuzima ndoto ambazo Mungu ameziweka ndani yako.

Ndugu zake Yusufu waliposikia ndoto za mdogo wao waliona wivu, na wakajaribu kufanya kila liwezekanalo ili kuzuia ndoto hizo zisifanikiwe. Lakini kwa uwezo wa Mungu, kila jambo baya walilofanya lilikuwa msaada wa kumsogeza karibu na ufalme wake. Kama ndoto za Yusufu zingekuwa si mpango wa Mungu, bila shaka kijana huyo angefia katika kisima alichotumbukizwa, au angeishi maisha yake yote akiwa mtumwa, katika nyumba ya Potifa. Lakini kwa vile Mungu alikuwa nataka Yusufu awe waziri mkuu wa Misri, alihakikisha makusudi hayo yanatimia kwa wakati aliopanga.

Jambo la tatu tunalojifunza katika habari hii, ni **uwepo wa Mungu** katika kila jambo linalotukabili. Mara nyingine tunapofikwa na mambo magumu, huwa tunakata tamaa, na aghalabu kufikiria Mungu ametuacha. Kumbe Mungu huwa yuko pamoja nasi kila wakati na kila mahali, katika shida na raha, katika ugonjwa na uzima. (Zaburi 46:1). Jambo pekee linalofanya tujisikie tuko mbali na Mungu, ni uhaba wa imani, na dhambi tunazofanya.

Mungu hutusaidia kwa namna mbalimbali ili majaribu yanayotujia yasizidi uwezo wetu wa kuvumilia na au kushinda. Mtume Paulo anatukumbusha jambo hili katika barua yake aliyowaandikia Wakorintho akisema *"Jaribu halikuwapata ninyi isipokuwa lililo kawaida ya wanadamu; ila mungu ni mwaminifu, ambaye hatawaacha mjaribiwe kupia mwezavyo; lakini pamoja na lile jaribu atafanya na mlango wa kutokea, ili mweze kustahimili"* (1 Wakorintho 10:13). Kwahiyo kila jaribu linalokukabili, limepimwa, na kuhakikiwa na Mungu mwenyewe, na kuonekana linafaa kukufundisha, kukuimarisha katika imani, na tena halizidi uwezo wako wa kulishinda.

Majaribu yaliyomuandama Yusufu yalikuwa magumu kupindukia; Lakini kwa sababu aliendelea kuwa mwaminifu, Mungu aliendelea kumsimamia, na kumfungulia mlango wa kutokea ili asiangamie. Alipotupwa kisimani, Mungu alikuwa pamoja naye, na kwa nguvu za roho wake aliweza kubadilisha msimamo wa ndugu zake, badala ya kumuacha afie kisimani, walimtoa na kumuuza kwa Waishmaeli.

Alipopelekwa Misri, Mungu tayari alikuwa ameshaandaa mtu wa kumpokea na kumtunza. Bila kujua kwamba alikuwa akitimiza makusudi ya Mungu, Potifa alimnunua Yusufu na

Mungu kwetu sisi ni kimbilio na nguvu. Msaada utakaoonekana tele wakati wa mateso. Kwa hiyo hatutaogopa ijapobadilika nchi, ijapotetemeka milima moyoni mwa bahari, Maji yake yajapovuma na kuumuka, Ijapopepesuka milima kwa kiburi chake. Kuna mto, vijito vyake vyaufurahisha mji wa Mungu. Patakatifu pa maskani zake aliye juu. Mungu yu katikati yake hautatetemeshwa. Mungu atausaidia asubuhi na mapema. Mataifa yalighadhibika, falme zikataharuki; Alitoa sauti yake nchi ikayeyuka. BWANA wa majeshi yu pamoja nasi. Mungu wa Yakobo ni ngome yetu.

(ZABURI 46:1-7)

TUFANI INAPOVUMA – UWE NA AMANI

kumuweka kuwa mwangalizi wa nyumba yake. Jambo hilo lilimsaidia sana kuepuka mambo mengi ya hatari waliyokuwa wakikutana nayo watumwa wengine. Cheo cha bwana wake kilimfanya Yusufu aonekane bora miongoni mwa watumwa, na kupata upendeleo wa mambo mengi. Heshima yake iliongezeka zaidi alipofanywa mwangalizi mkuu wa mambo yote ya nyumbani kwa Potifa. Ingawa bado alikuwa mtumwa, nafasi hii ilimpa uhuru wa kufanya maamuzi mengi ya maana kwa maslahi ya bwana wake. Haya yote yalifanyika kwa sababu Mungu alikuwa pamoja naye

Mashitaka ya mke wa Potifa, ndiyo yaliyomfanya Yusufu aondolewe katika nafasi yake ya usimamizi wa nyumba na kutupwa gerezani. Mwanamke huyo akitawaliwa na tamaa ya mwili, aliona vema kumuangamiza Yusufu kuliko kulinda heshima ya mumewe, na au usafi wa mwili na roho yake. Pasipo kujua mke wa Potifa alikuwa amekubali kutumiwa na shetani kumuangamiza Yusufu.

Ukiangalia jambo hili kwa juu juu tu, unaweza ukamshangaa na au kumdharau mke wa Potifa. Lakini kama ukitafakari kwa kina habari hii, utaona jinsi shetani alivyo na bidii katika kazi yake ya kuwahadaa walimwengu. Yeye huwa halali usingizi wala kupumzika, wakati wote huhangaika kuwashawishi wanadamu kumuasi Mungu. Shetani hufurahi sana anapoona mtu muaminifu anatenda dhambi na kuwekwa mbali na uwepo wa Mungu.

Katika karne hii wanadamu wamekuwa wakifurahia kutumiwa na shetani, pasipo kujua. Kuwepo kwa simu za mkononi, mitandao ya kijamii, na njia nyinginezo za mawasiliano kumesababisha ongezeko la mmomonyoka wa maadili na hivyo kufungua mlango kwa ibilisi. Habari za ulevi, zinaa, na uovu mwingine zimekuwa kitu cha kawaida hata kwa watu wanaosema wanamjua Mungu. Si ajabu kwamba vijana wengi wanadhani Yusufu alikosea kukataa kulala na mke wa Potifa. Vijana hao wanaamini kama Yusufu angelala na mama huyo, angekuwa amejiweka katika nafasi nzuri zaidi ya kufanikiwa kimaisha; yaani kwa kupata upendeleo wa Potifa na wa mke wake pia.

Watu wa aina hii ndio wanaothubutu kujenga uhusiano wa kimapenzi na au kufanya ngono na marafiki wa wenzi wao wa ndoa, wafanyakazi wenzao, wateja wa biashara zao, wafanyakazi wa majumbani mwao (*house girl/boy*), watoto wao wa kiroho, na kadharika. Watu hawa hujipa moyo kuwa mambo wanayoyafanya kwa siri hayawezi kujulikana hadharani, au kuwafikia wenzi wao wa ndoa. Lakini Mungu anatuonya kuwa kila jambo linalofanyika kwa siri hudhihirishwa, (Waefeso 5:3 – 13), na tena wadhalimu, wazinzi, waasherati, wafiraji na walawiti hawatauirithi ufalme wa Mungu (1 Wakorintho 6:8).

Yusufu alifahamu maisha yake hayakuwa yakitegemea uwezo wa mwanadamu, bali yalikuwa mikononi mwa Mungu aliye hai. Yeye ndiye pekee mwenye uwezo wa kumpa uzima, kumuepusha na
hatari, na kumpa kila kitu alichokuwa akihitaji. Ujuzi huo ulimfanya aone umuhimu wa kuikimbia dhambi hata kama dhambi hiyo ilikuwa ikionekana ni ya kufurahisha sana. Alijua kitendo cha kulala na mke wa Potifa, kingemuweka mbali na Mungu, na hivyo kumtia katika hatari ya kuangamia.

Tunaweza kuziona baraka, na ulinzi uliomzunguka Yusufu kwa kuangalia mambo yaliyofuata baada ya kusingiziwa kosa baya la kutaka kubaka. Biblia inaeleza kuwa, Potifa alipopewa taarifa, hasira yake iliwaka. Akamtia gerezani, mahali walipofungwa wafungwa wa mfalme (Mwanzo 39:20). Ukitafakari kwa kina utatambua kuwa adhabu hii ilikuwa ndogo, kulingana na ukubwa wa kosa alilokuwa amesingiziwa, na kwa kuzingatia kuwa Yusufu alikuwa mtumwa tu. Potifa (akiwa akida wa mfalme), alikuwa na uwezo wa kuamuru Yusufu apigwe mijeredi mpaka azimie, au kuhakikisha anauawa kwa kunyongwa, au kukatwa kichwa kwa upanga. Lakini, kwa kuwa ulinzi wa Mungu ulikuwa umemzingira mtumwa huyo, Potifa aliagiza awekwe kwenye gereza la wafungwa wa mfalme. Mahali ambako licha ya kupewa nafasi ya uongozi, pia alikutana na wafungwa aliowatafsiria ndoto. Jambo lililomfanya awe waziri mkuu.

Kwa hiyo, sisi pia tunapopita katika majaribu ya aina

mbalimbali, tunapaswa kuziona nguvu za Mungu, zinazofuatana nasi katika kila hatua. Kufanya hivyo kunaweza kutupa uwezo zaidi wa kuvumilia hali ngumu tunazopitia, kuimarika ki imani, na pia kuwa na moyo wa shukrani kwa Mungu, na kwa jirani zetu. Unapoamini, kuwa Mungu yupo pamoja nawe, hata katika majaribu, inakuwia vyepesi kukataa vishawishi vinavyoweza kukutenga na uwepo wa Mungu. Lakini ukiruhusu fikra kwamba Mungu ameshindwa, au hataki kukusaidia, utashawishika kufanya uhalifu, na au utaanza kukimbilia kwa waganga wa kienyeji, au kutafuta njia mbadala isiyofaa, ikusaidie kufanya yale unayodhani kwa Mungu yameshindikana.

Ingawa mara nyingine watu wanaokwenda kwa waganga na walozi hujiona wamefanikiwa ki maisha, mwisho wao huwa mbaya kuliko walivyotegemea. Wengi hujikuta wakilazimika kufuata masharti magumu, na hata kutoa makafara ya kutisha. Kumbe ni vema kuweka tegemeo letu kwa Mungu, aliyeziumba mbingu na nchi. Yeye ni mweza wa yote, hutuwazia mema siku zote, na hakika makusudi yake hayawezi kuzuilika.

(c) Kuturudi tunapotenda dhambi

Mungu ni baba yetu, anayeishi mbinguni. Yeye ni mwema, anatupenda na kutuwazia mema siku zote. Kama vile mzazi mwingine yeyote asivyopenda wanawe wapotee au kuangamia, Mungu pia hapendi kutuona tukiangamia kwa namna yoyote. Yeye hufurahia kuona tunashi kwa amani na furaha, pasipo kujiingiza katika mambo mabaya, ya hatari au yanayomvunjia heshima.

Kwa vile sisi ni watoto kwake, mara nyingine hufanya maamuzi mabaya yasiyompendeza. Hata hivyo Mungu kwa upendo wake mkuu hutusamehe na kututumia maonyo ili tujirekebishe. Kama mtu akisikia maonyo hayo na kuacha njia zake mbaya, Mungu humsamehe na kumtakasa kabisa. Yeye anasema *"kama mashariki ilivyo mbali na maghalibi ndivyo anavyoweka dhambi zetu mbali nasi"* (Zaburi 103:12). Lakini kama mtu, au kikundi cha watu wakifanya dhambi, wakakataa kusikia maonyo ya Mungu, na wakaendelea kufanya maovu pasipo hofu, hasira ya Mungu huwaka; na ndipo huamua kuwaadhibu *"Kwa maana mshahara wa dhambi ni mauti"* (Warumi 6:23)

Mara tu baada ya kumuumba Adam, Mungu alimpa onyo kali kuhusu adhabu anayoweza kupata endapo ataacha kumtii Mungu. *"Matunda ya kila mti wa bustani waweza kula; walakini matunda ya mti wa ujuzi wa mema na mabaya usile, kwa maana siku utakapokula matunda ya mti huo utakufa hakika"* (Mwanzo 2:16 - 17). Kwa hiyo hata kabla dhambi haijaingia kwa wanadamu Mungu alikuwa ameandaa adhabu kali kwa ajili ya ibilisi na malaika zake. Lakini Adamu na Hawa walipokubali kujiunga na ibilisi katika uasi, kwa hiari yao wenyewe wakawa wamechagua kujipa adhabu ambayo walishaonywa uwepo wake.

Tangu wakati huo Mungu amekuwa akitoa adhabu kali, kwa watenda maovu wasiosikia maonyo yake. Adhabu hizo, hulenga katika kuleta unyoofu, na kulipa kisasasi kwa wanyonge walioonewa, kwani yeye ni Mungu wa haki. Biblia inaeleza matukio mengi ambayo Mungu kwa kuchukizwa na dhambi aliamua kuwaadhibu wanadamu kwa njaa, magonjwa ya kutisha (kama tauni, ukoma, na ukaufu), majanga ya asili, na hata kuwapeleka utumwani. Katika matukio hayo Mungu aliwaadhibu mtu mmoja mmoja, watu wa kabila au ukoo fulani, na mara nyingine hata mji mzima kama ilivyokuwa kwa Sodoma na Gomora. Mara moja Mungu aliiangamiza dunia nzima kwa maji, ili kuwaondoa waovu wote duniani (Mwanzo 7:1).

Mfano mwingine ni wakati Musa alipokuwa akiwaongoza wana wa Israeli kutoka utumwani Misri, kwenda nchi ya ahadi. Watu hao walifanya maovu mengi ya kutisha. Maovu hayo yalimuudhi sana Mungu, na akakusudia kuwaangamiza. Lakini kabla ya kutekeleza adhabu hiyo alimwambia Musa, mtumishi wake *"Mimi nimewaona watu hawa, na tazama, ni watu wenye shingo ngumu, basi sasa niache ili hasira zangu ziwake juu yao, niwaangamize, nami nitakufanya wewe uwe taifa kuu"* (Kutoka 32:9). Baada ya onyo hili Musa alilia na kumuomba Mungu msamaha kwa ajili ya watu wake.

Biblia pia inaeleza habari ya mfalme Manase, ambaye aliamua kumuasi Mungu, na kuingiza ibada ya sanamu katika Israeli. Kwa sababu ya uongozi mbaya wa mfalme huyo Yuda na wenyeji wa Yerusalemu, walifanya maovu kuliko hata yale yaliyokuwa yakifanywa na watu wa mataifa. Maovu hayo yalimuudhi Mungu, na akaamua kumuadhibu mfalme huyo, kwa kuleta majeshi ya mfalme wa Ashuru, ambayo yalimkamata Manase, wakamfunga pingu za minyororo na kumpeleka utumwani Babeli (2 Mambo ya Nyakati 33:9 – 12). Kumbe kama vile anavyotumia watumishi wake kufikisha maonyo, au neno la rehema kwa watu wake, Mungu pia huweza kutumia watu wengine kuwaadhibu watenda maovu.

Watu wengine, hudhani nyakati za agano la kale tu, ndio Mungu alikuwa akiwaadhibu waovu papo hapo, lakini nyakati hizi za agano jipya hafanyi hivyo kwasababu ni nyakati za neema. Maneno hayo yanaweza kuwa na ukweli kiasi fulani, ila si ukweli kamili. Mungu wetu ni yuleyule jana, leo na hata milele. Hajabadilika, habadiliki, na hatabadilika. Kama alivyokuwa akiichukia dhambi nyakati za Musa, ndivyo anavyoichukia dhambi sasa, na ataendelea kuichukia milele, kwa sababu dhambi ni uchafu. Kwa hiyo kama alivyokuwa akiwaadhibu watenda dhambi wa nyakati hizo, ndivyo anavyoendelea kuwaadhibu watu wasiosikia sauti yake hivi leo.

Ukisoma katika kitabu cha Matendo ya Mitume, utakutana na habari ya mtu mmoja aitwae Anania na mkewe Safira. Watu hawa waliuza mali yao na kuileta kwa mitume ili waweze kugawana na wenzao kama ilivyokuwa desturi ya mitume. Lakini kwa choyo, watu hawa walificha sehemu ya mali ili waweze kuitumia baadaye peke yao. Hata baada ya Petro kuwataka waseme ukweli kuhusu mali walizouza, Anania na Safira walizidi kusema uongo. Jambo hili lilimuudhi Mungu, na akaamua kuwaua wote wawili (Matendo 5:1 – 10) Tukio hili lililotokea siku nyingi baada ya Yesu kufufuka na kupaa mbinguni linathibitisha kuwa Mungu wetu hajabadilika, hajaacha kuichukia dhambi, na akiamua anaweza kutoa adhabu wakati wowote ule; hata hivyo kwa neema yake hutupa muda wa kutubu ili tusiangamie.

(d) Kuadhibu Wanaoambatana na Waovu

Mungu hafurahii kuwaadhibu wanadamu kwa sababu yeye ni mwenye upendo na huruma nyingi. Lakini, inapobidi kutoa adhabu, ili kumsaidia mja wake kujirudi. Hata hivyo, kabla ya kutoa adhabu yoyote Mungu hutoa maonyo makali kwa muhusika ili aache uovu wake na kuiepuka adhabu (Amosi 3:7). Ndiyo maana anazungumza kwa kinywa cha nabii Ezekieli akisema *"Tena nimwambiapo mtu mwovu, hakika utakufa; kama akighairi, na kuiacha dhambi yake, na kutenda yaliyo halali na haki; kama mtu mwovu akirudisha rehani, na kumrudishia mtu mali yake aliyomnyan'ganya, akizifuata sharia za usima, asitende uovu wowote; hakika ataishi, hatakufa"* (Ezekieli 33:14).

Kwa sababu hiyo Mungu anatuonya kuiepuka dhambi, na kuwaepuka watenda maovu ili kuikwepa adhabu ya Mungu. Mtume Paulo akifafanua hoja hii aliwaandikia waamini wa kwanza waliokuwa wakiishi Korintho akisema *"Msifungiwe nira pamoja na wasioamini, kwa jinsi isivyo sawa; kwa maana pana urafiki gani kati ya haki na uasi? Tena pana shirika gani kati ya nuru na giza? Tena pana shirika gani kati ya Kristo na Beriari? Au yeye aaminiye ana sehemu gani pamoja na asiye amini? Tena pana mapatano gani kati ya hekalu la Mungu na sanamu? Kwa maana sisi tu hekalu la Mungu aliye hai; kama Mungu alivyosema ya kwamba, Nitakaa ndani yao, na kati yao nitatembea, name nitakuwa Mungu wao, nao watakuwa watu wangu"* (2 Wakorintho 6:14 – 16).

Mtume Paulo alitoa onyo hili kwa kujua kuwa muamini anapoambatana (kufungwa nira) na mtu muovu ni rahisi sana kukokotwa katika mambo yasiyofaa hata kama anajua mambo hayo ni mabaya, na au hafurahii mambo hayo. Ukweli huo unajidhihirisha kwa kuangalia maisha ya vijana na wasichana mbalimbali waliokuwa waadilifu, lakini wakakokotwa na marafiki, au wanafunzi wenzao katika mambo yasiyofaa kama vile utumiaji wa madawa ya kulevya, uasherati, wizi, na kadharika.

Wapo watu wengi waliopata kuingia katika matatizo kwa sababu ya kuambatana na waovu, hata kama wao wenyewe hawakuwa wametenda mambo mabaya. Biblia inasimulia habari ya Yona, mtumishi wa Mungu aliyekataa kupeleka maonyo kwa watu wa Ninawi na kuamua kutoroka kwa Melikebu kwenda Tarshishi. Akiwa katika Merikebu hiyo Mungu alituma tufani kuu kuipiga hata ikakaribia kuzama. Ni Dhahiri kwamba Mungu alikuwa akitaka kumuadabisha Yona, aliyekuwa amemuasi. Lakini kwa vile abiria na manahodha wa chombo hicho walikuwa wameambatana naye walijikuta wakishiriki katika mapigo yale. Ndiyo maana tufani na dhoruba zilikoma mara baada ya mabaharia hao kupiga kura ya kumtambua mtu aliyeisababisha, na kumtosa baharini (Yona 1: 1-16).

Wewe pia unapaswa kuangalia sana watu unaoambatana nao kila wakati ili usijiingize katika matatizo ya kimwili, kiroho na au kiakiri. Ukiambatana na mwizi utaitwa mwizi hata kama wewe si mwizi. Ukipanda katika gari la majambazi, utakuwa unajitia katika hatari ya kupigwa risasi na polisi, au kukamatwa na kuwekwa jela, hata kama wewe si jambazi. Njia nzuri, na rahisi ya kujiepusha na matatizo ni kuwaepuka watu waovu, au wenye tabia isiyoridhisha hata kama watu hao unawapenda sana, mna undugu au uhusiano wa karibu, na au unapata kitu fulani kutoka kwao.

Epuka pia kutembelea sehemu au maeneo yanayojulikana kuwa na vitendo visivyofaa kama vile madangulo, vilabu vya pombe (*bar*), maeneo yanakouzwa madawa ya kulevya na kadharika. Kufanya hivyo kutakusaidia kulinda uadilifu wako, na kukwepa adhabu zisizokuhusu.

III

Pengine utajiuliza kwa nini Mungu huwaadhibu watenda maovu? Kwa nini anaichukia dhambi kiasi cha kuweza kuua watu na au kutaka kuangamiza dunia nzima? Biblia inatuambia sifa kuu ya Mungu ni utakatifu. Yeye ni mtakatifu wa watakatifu na tena hana uhusiano wowote na dhambi. Biblia inatumia neno 'mtakatifu' linalotokana na neno 'takata' kuelezea usafi mkamilifu wa Mungu katika mambo yote. Kwa hakika hakuna maneno yoyote yanayofaa kueleza kiwango cha utakatifu wa Mungu.

Karne nyingi zilizopita, nabii Isaya alipata neema ya kuoneshwa (katika maono) jinsi mbinguni kulivyo; lakini hata yeye hakuweza kupata maneno ya kutosha kuelezea utakatifu wa Mungu. Kwa ufupi Isaya aliandika maneno haya *"Katika mwaka ule aliokufa mfalme Uzia nalimwona BWANA ameketi katika kiti cha enzi, kilicho juu sana na kuinuliwa sana, na pindo la vazi lake likaijaza hekalu. Juu yake walisimama maserafi, kila mmoja alikuwa na mabawa sita; kwa mawili alifunika uso wake, na kwa mawili alifunika miguu yake, na kwa mawili aliruka. Wakaitana kila mmoja na mwenzake wakisema, Mtakatifu, Mtakatifu, Mtakatifu, ni BWANA wa majeshi; dunia yote imejaa utukufu wake. Na misingi ya vizingiti ikatikisika kwa sababu ya sauti yake aliyelia, nayo nyumba ikajaa moshi"* (Isaya 6:1 -4).

Ili kutusaidia kuelewa, japo kwa ufinyu jinsi utakatifu wa Mungu ulivyo, mtume Yohana akiongozwa na roho wa Mungu aliandika maneno haya " *Na hii ndiyo habari tuliyoisikia kwake, na kuihubiri kwenu, ya kwamba Mungu ni nuru, wala giza lolote hamna ndani yake"* (1 Yohana 1:5). Inawezekana Yohana alitumia mfano wa nuru na giza kuelezea utakatifu wa Mungu kwa sababu kila mwenye macho (anayeona), anatambua nguvu ya nuru. Pasipo jua, giza hutawala na usiku kuingia, lakini jua linapojitokeza, giza humezwa na kutoweka kabisa.

Halikadhalika Mungu anachukizwa sana na dhambi kwa sababu si pando lake, bali ni zao la yule muovu shetani, ibilisi. Kitu chochote kilicho kinyume na mapenzi yake ni dhambi, kwani kinatokana na shetani. Kwa sababu hiyo Mungu anatuonya kwa vinywa vya mitume na manabii akisema *"Kila atendaye dhambi afanya uasi, kwa kuwa dhambi ni uasi"* (1 Yohana 3:4), na tena *"Mshahara wa dhambi ni mauti"* (Warumi 6:23), hivyo *"Roho ile itendayo dhambi itakufa"* (Ezekiel 18:4c).

Kumbe Mungu wetu hupendezwa kuona kila mmoja wetu

akiishi maisha ya utakatifu kama yeye. Ndiyo maana anatuagiza akisema *"Mtakuwa watakatifu kwakuwa mimi ni mtakatifu"* (1 Petro 1:16). Mungu anajua tunaweza kuishi maisha ya utakatifu kwa sababu ndani yetu ametia pumzi yake iliyojaa utakatifu. Tunapochagua kwa hiari yetu kuishi maisha matakatifu, mwenyezi Mungu hututia nguvu ya kutuwezesha kushinda majaribu na kukamilisha makusudi yake kwetu.

Tunapochagua kutomtii, kufanya ufidhuli, na kuambatana na shetani, Mungu hulazimika kutuadhibu. Kama vile mchungaji wa kondoo anavyotumia fimbo kuwaongoza wanyama wake katika njia sahihi, ndivyo Mungu hulazimika kutuadhibu ili kuturejesha kwake. Hata hivyo, kabla ya kutoa adhabu Mungu huliangalia agano lake alilolifanya pale Golgotha. Agano la damu ya Yesu linalotoa msamaha wa dhambi bure kwa wote wanaomuamini na kurejea kwake kwa toba.

Akiwa hapa duniani Yesu alilielezea jambo hili kwa kina zaidi katika mfano aliowaeleza wanafunzi wake akisema *"Mtu mmoja alikuwa na mtini umepandwa katika shamba lake la mizabibu; akaenda akitafuta matunda juu yake, asipate. Akamwambia mtunzaji wa shamba la mizabibu, Tazama, miaka mitatu hii naja nikitafuta matunda juu ya mtini huu, nisipate kitu; uukate, mbona hata nchi unaiharibu? Akajibu akamwambia, Bwana, uuache mwaka huu nao, hata niupalilie, niutilie samadi; nao ukizaa matunda baadaye, vema! La, usipozaa, ndipo uukate."* (Luka 13:6). Kwahiyo ingawa Mungu anachukizwa sana na dhambi huwa hatoi adhabu kwa papara kama wanadamu, yeye hutoa maonyo na kuitanguliza neema yake mbele ya kila mtu, ili yule anayeipokea kwa imani, apate kuokolewa na kutakaswa kabisa.

Kama neema ya Mungu isingekuwepo ulimwenguni, bila shaka hakuna mtu yeyote angeweza kufikia viwango vya utakatifu wa Mungu. Ndiyo maana mfalme Daudi aliandika *"Bwana kama wewe ungehesabu maovu, Eee Bwana, nani angesimama? Lakini kwako kuna msamaha ili wewe uogopwe"*

*Ni huruma za BWANA kwamba hatuangamii.
Kwa kuwa rehema zake hazikomi. Ni mpya kila siku
asubuhi; Uaminifu wake ni mkuu.
BWANA ndiye fungu langu, husema nafsi yangu.
Kwa hiyo nitamtumaini yeye.*

(MAOMBOLEZO 3:22 - 24)

(Zaburi 130:3) Mtume Paulo naye akafafanua zaidi maneno hayo akisema *"Kwa sababu wote wamefanya dhambi na kupungukiwa na utukufu wa Mungu; wanahesabiwa haki bure kwa neema yake, kwa njia ya ukombozi ulio katika Kristo Yesu"* (Warumi 3:23).

Naye nabii Yeremia baada ya kuona uovu mwingi ukitendeka juu ya uso wa nchi aliomboleza akisema *"Kwa kuwa Bwana hatamtupa mtu Hata milele. Maana ajapomhuzunisha atamrehemu, Kwa kadiri ya wingi wa huruma zake. Maana moyo wake hapendi kuwatesa wanadamu. Wala kuwahuzunisha. Kuwaseta chini kwa miguu Wafungwa wote wa duniani, Kuipotosha hukumu ya mtu Mbele zake Aliye juu, Na kumnyima mtu haki yake, Hayo Bwana hayaridhii kabisa. Ni nani asemaye neno nalo likafanyika, Ikiwa Bwana hakuliagiza? Katika kinywa chake Aliye juu Hayatoki maovu na mema? Mbona anung'unika mwanadamu aliye hai Mtu akiadhibiwa kwa dhambi zake? Na tuchunguze njia zetu na kuzijaribu, na kumrudia Bwana tena* (Maombolezo 3:3 –40*).*

Kwahiyo ni neema ya Mungu pekee iliyokamilishwa kwa kifo cha Yesu Kristo pale msalabani, inayomfanya kila mtu astahili kupokea msamaha wa dhambi. Kwa neema yake Mungu huwa tayari kutuongezea siku za maisha yetu ya kidunia ili tupate muda wa kusikia neno lake, kufanya toba, na kurejea kwake. Kwa ujumla neema ya Mungu huwa inatangulia mbele yetu kukutangazia msamaha wa dhambi. Sisi tunachotakiwa kufanya ni kuupokea msamaha huo, na kuishi maisha ya utakatifu.

SARA

Ninakushukuru Mwenyezi Mungu wangu Mfalme, kwa upendo wako mkuu na wa ajabu.
Tazama, ninakuja mbele zako kama nilivyo, sema nami BWANA.
Unionye na kunifundisha kwa neno lako.
Amen

Hofu

*Maana jambo hilo nichalo hunipata,
Nalo linitialo hofu hunijilia*
(Ayubu 3:25)

Shetani hutumia silaha mbalimbali kushambulia watu wa Mungu. Silaha hizo ni pamoja na mapepo yenye uwezo wa kusababisha vita katika ulimwengu wa roho, watu wabaya wanaochochea uharibifu wa mazingira, na kusababisha ongezeko la majanga ya aina mbalimbali, magonjwa yasiyotibika, na mambo mengine mengi ya yasiyofaa. Shetani pia hutumia mapepo, kuchochea watu waovu kufanya vita, dhuluma, mauaji, na uhalifu wa kila namna kwa watu binafsi, familia, na hata kwa jamii nzima. Shetani hufanya haya yote kwa lengo la kuwatia watu hofu, ili wapunguze imani yao kwa Mungu, na hatimaye kumuasi kabisa na kumuabudu yeye (shetani).

Pengine utajiuliza hofu ni kitu gani hasa? Kamusi ya

TUFANI INAPOVUMA – UWE NA AMANI

Kiswahili sanifu inaeleza hofu ni hali ya msisimko hasi wa mwili na akili, unaotokana na imani kwamba jambo baya, lisilopendeza au la kuumiza linaweza kumpata muhusika katika wakati fulani (*italiki ni zetu*). Katika hali ya kawaida hisia za hofu hutuonya pale jambo baya linapotaka kutupata, na kutusukuma kuchukua hatua za haraka kujiokoa kwa kukimbia, au kupambana na hatari hiyo (*fight or flight*).

Wanasayansi wanaeleza kuwa ubongo unapopata taarifa za kuushitua hutoa kemikali za kuuimarisha mwili ili kuhimili tishio. Kemikali hizo huufanya Moyo kupiga haraka zaidi ili kuongeza hewa (*oxygen*) katika ubongo na misuli, macho (*pupils*) hutoka nje zaidi (kuongezeka ukubwa) ili kumsaidia muhusika kuona vema. Wakati huo virutubisho hutiririka mwilini kuipa misuli nguvu ya ziada, na jasho huanza kutoka katika vinyweleo vya ngozi ili kuupooza mwili. Hali hii huweza kumpa mtu nguvu ya ziada kuweza kujihami, au kumfanya aishiwe nguvu kabisa na hivyo kufanya maamuzi yasiyofaa, na au kujiingiza katika hatari kubwa zaidi.

Si kila mtu anayeona au kutambua ubaya wa hofu. Hii ni kwa sababu watu wengi hawachukui muda wa kutosha kutafakari hasara zinazoweza kusababishwa na hofu kwa mtu binafsi, familia, na hata kwa jamii nzima. Aidha, watu wengi huangalia zaidi faida za hofu, na hivyo kutoona haja ya kutafakari athari zake. Yamkini kama moto ulivyo na faida na hasara, ndivyo ilivyo hofu. Hofu nzuri hutusaidia kuacha mambo mabaya kama ulevi, uasherati na au uvutaji madawa ya kulevya; na pia kuwafanya wazazi kuangalia kwa makini vitu wanavyowapa watoto wao.

Pamoja na faida zake katika hali na nyakati fulani, mara nyingi hofu huleta hasara na maangamizi makubwa. Hofu inaweza kumfanya mtu akashindwa kutimiza majukumu yake ya kawaida, huweza kumbadili mtu mwema kuwa mwovu, mcha Mungu kuwa muuaji, msema kweli kuwa muongo, na mwaminifu kuwa baradhuli. Hofu huyeyusha ushujaa wa askari na kumpa nguvu adui.

Katika kitabu chake kiitwacho *You Want to Stay Alive?* mwandishi James Hadley Chase anasema *"Fear is the key that unlocks the wallet and handbag of the rich."* Akiwa na maana "Hofu ni ufunguo unaofungua pochi na mikoba ya matajiri" (italiki ni zetu). Ukweli huu unadhihirika kila tunaposhuhudia vitendo vya kutia hofu, vinavyofanywa na majambazi, wanapotaka kupora fedha au mali. Hofu huwafanya matajiri, na watu wenye nyadhifa za juu, kutumia mamilioni ya fedha katika kujinunulia vifaa vya kielektroniki vinavyotumika kufanya ulinzi. Pamoja na mitambo hiyo, wengi wao hujijengea wigo au kuta ndefu, na mageti ya chuma ili kupunguza uwezekano wa kuvamiwa, jambo linalofanya nyumba hizo kuwa kama magereza ya kutunza wahalifu sugu.

Sio jambo rahisi kuzuia tufani au mambo ya kutisha yasikupate katika maisha. Lakini utayari wako katika kukabiliana na tufani hizo, huku ukikataa kutawaliwa na hofu ni jambo linalowezekana. Mtume Paulo anatukumbusha akisema *"Kwa maana Mungu hakutupa roho ya woga, bali ya nguvu, na upendo na ya moyo wa kiasi"* (2 Timotheo 1:7). Mtume Paulo aliyasema haya akiwa na hakika kuwa kila mmoja wetu anao uwezo wa kuishinda hofu, kwani Mungu ameshatupa roho ya ushujaa. Kitu pekee tunachopaswa kufanya ni kutambua uwezo huo na kuuishi.

Kwa hiyo, ni sahihi kusema kuwa hofu ni dhambi inayosababishwa na upungufu wa imani na matumaini kwa Mungu, ukosefu wa maarifa, na au upofu wa kiroho unaoletwa na ibilisi (Hosea 4:6). Kama unaamini kwa hakika, kwamba Mungu ndiye mchungaji wako, mponyaji wa magonjwa yote, mgawa riziki, na shujaa anayeweza kukushindia kila vita, bila shaka hofu haitakusumbua. Lakini kama huna hakika na nguvu za Mungu katika maisha yako, hofu itakuandama kila uendako, na itakuwa kikwazo kikubwa cha mafanikio yako. Hutaweza kuishi kwa amani, na au kusonga mbele kimwili, kiroho na au kiakili. Unapoikataa hofu unampa Mungu nafasi ya kukuwezesha kufanya mambo mengi na ya faida kwako. Utaweza kujitambua, kujiamini, na kupata maono mapya yenye neema na baraka tele.

Shetani anatamani kukutia hofu ili afute kujiamini kwako, na kukuburuza katika mambo mengi ambayo huwezi kuyafanya pasipo kuzingirwa na hofu. Ukikubali kuikaribisha hofu moyoni mwako, unafungua mlango wa kufanya mambo mengi yasiyofaa kama ifuatavyo:

(a) Hofu itakufanya Useme Uongo

Uongo ni dhambi inayomuudhi sana mwenyezi Mungu. Yamkini uzito wa dhambi ya uongo, hautofautiani kabisa na dhambi ya uuaji, au uzinzi. Kwa ushuhuda wa maneno machache ya uongo mwenye haki anaweza kudhulumiwa, kuteswa, na hata kuuawa, huku mkosaji akijipatia haki asiyostahili. Uongo huweza kuvunja ndoa, kusababisha kutoelewana kati ya ndugu, na kusababisha matatizo mengine mengi katika jamii. Kutokana na uzito wa dhambi hii Mungu aliamua kuiweka katika orodha ya amri kumi alizompatia Musa ili ziwe muongozo kwa binadamu wote (Kutoka 20: 16).

Katika hali ya kawaida mtu muadilifu, anayesimama katika imani, huwa hasemi uongo hata kama anakabiliwa na mambo magumu. Imani yake kwa Mungu huiweka hofu mbali na kumfanya aishi kwa matumaini. Lakini mara tu mtu huyo atakapoiruhusu hofu kuingia moyoni mwake, huweza kusema uongo, tena kwa viapo; Si kwa sababu ya kupenda, bali hofu humsukuma kufanya hivyo. Ukweli huu unaweza kuonekana kila siku katika maisha ya familia zetu, shuleni na kazini.

Kama ukiangalia vizuri maisha ya majirani zako, au watu wengine unaowafahamu vema, utaona kuwa watoto wanaolelewa na wazazi au walezi wakali kupita kiasi huwa na tabia ya kusema uongo zaidi kuliko wale wanaolelewa na wazazi wapole na wenye ukaribu nao. Kwa sababu ya kukosa ukaribu, na au kuogopa kuadhibiwa, watoto hawa huwa na mazoea ya kusema uongo zaidi. Kwa mfano, mtoto aliyefanya kosa dogo (kama kuvunja sahani ya udongo) huwa katika nafasi nzuri zaidi ya kuwaambia wazazi wake ukweli, kama ana hakika hatagombezwa na au kuadhibiwa kwa kosa hilo. Lakini kama anajua atagombezwa, au kuadhibiwa vikali; na kama hakuna mtu aliyemuona akifanya kosa hilo, mtoto huyo anaweza kuficha makosa yake na au kujitetea kwa kusema uongo.

Wakati wa utawala wa rais Barak Obama wa Marekani, shirika la ujasusi la nchi hiyo (CIA) liliamua kusitisha utaratibu wa kuwatesa watuhumiwa wa makosa ya ugaidi kwa kuwamwagia maji usoni (*water boarding*) baada ya kubaini kuwa utaratibu huo ulikuwa hausaidii kupatikana kwa taarifa sahihi za kiusalama. Taarifa ya kiuchunguzi iliyotolewa na shirika hilo kwa ikulu ya Marekani (*White house*) ilibainisha kuwa watuhumiwa wanaoteswa wakati wa mahojiano hutoa taarifa nyingi zisizo za kweli ili kuwaridhisha maafisa wanaowahoji, na kuepuka mateso zaidi. Hofu huwafanya waseme uongo.

Biblia pia inaeleza matukio mbalimbali ambayo baadhi ya mashujaa wa imani walijikuta wakisema uongo kwa hofu ya kuuawa. Mmoja wa mashujaa hao ni Ibrahim (baba wa imani) ambaye kwa hofu ya kuuawa alimdanganya mfalme, kama sehemu hii ya maandiko matakatifu inavyoeleza: "*Ibrahimu akaondoka huko kwenda nchi ya kusini, akakaa kati ya Kadeshi na Shuri, naye akatembea katika Gerari. Ibrahimu akamnena Sara mkewe, Huyu ni ndugu yangu. Basi Abimeleki mfalme wa Gerari akapeleka watu akamtwaa Sara. Lakini Mungu akamjia Abimeleki katika ndoto ya usiku, akamwambia, Umekuwa mfu wewe kwa sababu ya mwanamke huyu uliyemtwaa, maana ni mkewe mtu. Basi Abimeleki alikuwa hakumkaribia, akasema, Ee Bwana, Je! Utaua hata taifa lenye haki? Je! Hakuniambia mwenyewe, Huyu ni ndugu yangu? Na mwanamke mwenyewe naye alisema, Huyu ni ndugu yangu. Kwa ukamilifu wa moyo wangu, na kwa kuwa safi mikono yangu, nimefanya hivi.* (Mwanzo 20: 1 -5). Pamoja na imani kubwa aliyokuwanayo, Ibrahim alijikuta akisema uongo baada ya kuzidiwa na hofu.

(b) Itakufanya Ushindwe Mambo Unayoyaweza
Hofu inaweza kukufanya ushindwe kufanya mambo ya kawaida, au yaliyo chini ya uwezo wako. Si ajabu vijana wengine wanaofanya vizuri darasani, huanguka katika mitihani

yao ya mwisho. Hofu huwafanya wachanganyikiwe, na kushindwa kujibu vizuri hata maswali wanayoyajua, au waliyoyafanyia mazoezi. Kama ukiiendekeza, hofu inaweza kukufanya ushindwe kuzungumza mbele za watu, japokuwa unajua jambo unalotaka kulieleza Hofu inaweza kukuzuia kufanya mambo ya maendeleo kwa kujihisi huna uwezo, utachekwa, au utajiaibisha.

Ipo simulizi ya mama mmoja, aliyeshindwa kumuokoa binti yake mautini kwa sababu ya hofu. Mama huyu na binti yake wa miaka mitatu, walikuwa wakitembea kwenye njia inayopita ukingoni mwa mto wakiwa wenye furaha. Pamoja na udogo wake, binti huyo alikuwa akikimbia na kurukaruka kujaribu kuwakamata ndege waliokuwa wakitua kando ya mto kukamata wadudu. Ingawa njia yenyewe ilikuwa nyembamba na ya hatari, wote wawili hawakuwa na wasiwasi kwani haikuwa mara yao ya kwanza kuipita

Wakati wakiendelea na safari yao, ghafla binti akaruka kujaribu kumdaka ndege aliyetua karibu yake. Kitendo hicho kikamfanya kuteleza, na kutumbukia mtoni, akazama majini. Kwa hofu kuu mama huyo akapiga mayowe kwa nguvu kuwaita wanaume waliokuwa wakipita mbali ili waje kumsaidia kumuokoa mtoto. Kwa vile watu hao walikuwa mbali, iliwachukua zaidi ya dakika tatu kufika mahali alipokuwa mama huyo, na kumtoa mtoto majini. Hata hivyo, binti huyo alikuwa ameshakunywa maji mengi na kufariki dunia.

Baada ya jitihada za kumuokoa kushindikana, watu waliokuja kumsaidia wakataka kujua, kwanini mama huyo hakujitosa majini mara tu binti yake alipotumbukia mtoni ili kumuokoa. Kwa uchungu mama huyo aliwaeleza kuwa hajui kuogelea, hivyo aliogopa kama angejitosa majini kumuokoa bintiye bila shaka angekufa maji. Watu hao walishangazwa sana na maelezo hayo, kwani kina cha maji ya mto huo, kilikuwa futi tatu tu! Wakati mama mwenyewe alikuwa na urefu usiopungua futi tano na inchi nane.. Hofu ilimfanya ashindwe kumuokoa binti yake.

Si tukio hili peke yake linaloonesha jinsi hofu inavyoweza kuzuia mtu mwenye uwezo, kutimiza wajibu wake. Kama wewe ni mfuatiliaji mzuri wa vyombo vya habari, bila shaka utakumbuka tukio la ugaidi lililotokea nchini Kenya mwaka 2012. Katika tukio hilo magaidi wanne wa kikundi cha Al-Shabab walivamia eneo la maduka ya Westgate Mall jijini Nairobi, na kuua watu 67 kwa kuwapiga risasi, na kujeruhi wengine wengi. Magaidi hao walishikilia maduka hayo kwa siku nne, na kusababisha sintofahamu kubwa miongoni mwa maafisa wa usalama, raia, na serikali za nchi nyingine ambazo raia wao walikuwa wameshikiliwa mateka.

Magaidi hao walifanikiwa kwa kiasi kikubwa kusambaza hofu kuu, kwa makamanda wa majeshi ya ulinzi na usalama wa nchi hiyo, kiasi cha kushindwa kufanya operesheni ya uokoaji haraka na au kuwadhibiti wasifanye mauaji zaidi. Hofu ilisababisha migongano kati ya polisi, jeshi, na vyombo vingine vya dola kiasi cha kushindwa kuamua nani afanye nini. Askari maalum wenye mafunzo ya uokoaji walishindwa kuvamia ndani kwa wakati, kwa hofu ya kulipuliwa na mabomu ya kutegwa, na au kutupiana risasi na askari wa vikosi vingi vilivyokuwa vimetangulia kuingia ndani.

Siku chache baadae, video za usalama (CCTV) zilizokuwemo katika jengo hilo, zilibainisha kuwa magaidi hao walifanikiwa kutoroka muda mrefu bila polisi na maafisa wengine wa usalama kuwa na habari. Kutoroka kwa wahalifu hao kuliwachanganya zaidi polisi waliokuwa wakihangaika kujua chumba walichokuwa wamejificha. Hofu iliwafanya maafisa hao kushindwa kufanya kazi wanayoimudu.

TUFANI INAPOVUMA – UWE NA AMANI

Mshituko uliowapata askari hawa unafanana kwa kiasi fulani na ule uliowapata wanajeshi wa Israel miaka mingi iliyopita. Biblia inaeleza habari ya kisa kilichotokea wakati wa vita kati ya waisraeli na wafilisti wa kale. Katika pambano hilo wanajeshi wa israeli waliingiwa na hofu kubwa baada ya kumuona shujaa wa wafilisti, Goliati aliyekuwa na umbo kubwa na la kutisha mno. Mfilisti huyo aliwafanya waisrael waishiwe nguvu kwa hofu, hali iliyompa nafasi Goliati kutamba, na kumtukana BWANA Mungu wa israeli. Vitisho na matusi ya Goliati yaliendelea mpaka pale alipotokea shujaa Daudi, aliyeamua kupambana naye (1 Samueli 17:1–58). Hofu iliwafanya waisrael washindwe kufanya jambo wanaloliweza.

(c) Hofu Itakufanya Ushindwe Kufikiri Vizuri

Hofu inaweza kukufanya ushindwe kufikiri vizuri, na hata kukusukuma kufanya maamuzi mabovu. Jambo hili unaweza kulithibitisha kwa kuangalia maamuzi mbalimbali uliyowahi kuyafanya ukiwa umezingirwa na hofu au mashaka. Hofu ya kukosa bidhaa unayoipenda inaweza kukufanya ukubali kulipa pesa nyingi kuliko thamani halisi ya bidhaa hiyo. Hofu ya kuachwa na mpenzi wako inaweza kukufanya ukubali kuwa mtumwa wa hali na mali, hata kama unajua mtu huyo hana mapenzi nawe.

Wako watu wengi waliofilisiwa na makahaba, au vijana matapeli (waliojenga urafiki nao) kwa hofu ya kuachwa. Watu wa aina hii, hujikuta wameingia katika mtego baada ya kuonjeshwa mahaba mazito, yanayowafanya wahisi hakuna mtu mwingine anayeweza kuwapa, isipokuwa kahaba au tapeli huyo tu. Ili kumlinda mpenzi wake asichukuliwe na mtu mwingine, na au kumnyima raha anayompa, muhusika hulazimika kutumia pesa, na wakati mwingi kwa mtu huyo, hata kama kufanya hivyo kunamtia katika balaa au matatizo makubwa. Hofu ya kuachwa humfanya ashindwe kufikiri vizuri na au kufanya maamuzi.

Hofu pia inaweza kukufanya ushindwe kusikiliza vema, na au kutoa majibu yanayofaa kwa maswali unayoulizwa. Hii ndiyo sababu kubwa inayofanya watu wengi kushindwa katika usaili wa nafasi za kazi au mafunzo. Miaka mingi iliyopita nilishuhudia mwanaume mmoja mwenye cheo cha kati katika jeshi la wananchi wa Tanzania akigeuka kichekesho baada ya kutoa jibu la kushangaza kwa kamanda wake.

Afisa huyo, aliyekuwa na mwili mnene na kitambi kikubwa, alikuwa amesimama kikakamavu kupiga saluti kwa afisa mnadhimu mkuu wa jeshi – Luteni jenerali (jina limehifadhiwa), aliyekuwa akipita mbele yake. Jenerali huyo, alipoona ukubwa wa tumbo la afisa wake, (ambaye bila shaka alikuwa hafanyi mazoezi ya viungo ipasavyo), akamuuliza kwa sauti ya ukali "WEWE, UNA MIMBA?" Kwa hofu kubwa mwanaume huyo akajibu kwa sauti ya juu "NDIYO AFANDE." Jambo hilo lilifanya maafisa wengine washindwe kujizuia na kuangua kicheko kikubwa. Hofu ilimfanya afisa huyo kushindwa kusikia vema, na hivyo kutoa jibu lisilofaa.

(d) Hofu Itakufanya Umuache Mungu

Waumini wengi humuacha Mungu kwa sababu ya hofu ya mambo yatakayowapata katika maisha yao ya baadaye. Hofu ya kustaafu kazi inaweza kukusukuma kudai rushwa, na kupora haki za msingi za watu wengine ili ujiwekee akiba. Hofu ya kufeli mtihani, inaweza kumsukuma mwanafunzi kulala na mkufunzi wake, ili apewe majibu. Hofu ya umaskini, au kuchekwa na marafiki, inaweza kumsukuma kijana au binti kujiingiza katika vitendo vya umalaya, uhalifu na au biashara haramu. Hofu ya kuonekana mshamba, mtu aliyeishiwa, au punguani, inaweza kumfanya mkristo ashindwe kumkiri Yesu hadharani, na au kushuhudia matendo makuu, Mungu aliyomtendea. Hofu ya kuuawa inaweza kumfanya mcha Mungu kuikana imani yake, kufuata desturi za kipagani, au kufuata dini nyingine inayokubalika katika jamii.

Biblia inaeleza habari ya Petro, mwanafunzi mwaminifu wa Yesu ambaye aliapa kumfuata Yesu popote aendako, na kumpigania pale inapobidi, hata kama kufanya hivyo kutaghalimu uhai wake. *"Niko tayari kuutoa uhai wangu kwa ajili yako"* (Yohana 13:37) Petro alisema. Lakini Yesu alipokamatwa na kupelekwa mbele ya baraza la wayahudi, msimamo wa mwanafunzi huyo uliyeyuka kama samri kwenye kikaango. Petro alimkana Yesu mara tatu, kwa viapo kwamba hamjui kabisa (Luka 22:54). Jambo hili lilitokea masaa machache tu tangu Yesu alipomwambia kuwa atamkana, na yeye kusisitiza kuwa yuko tayari kufa kwa ajili yake. Hofu ilimfanya Petro amkane Yesu.

Pengine jambo moja la msingi, unalopaswa kukumbuka hapa, ni kuwa Petro alimkana Yesu kwa dakika chache tu, lakini jogoo alipowika alilikumbuka agano alilolifanya na Yesu, na kutambua kosa lake. Bila kupoteza muda alitubu dhambi zake (kwa machozi) na kuanzia wakati huo akasimama kidete kupigania imani, kiasi cha kuutoa uhai wake kama alivyokuwa ameapa.

(e) Hofu Itakukufanya Uwe Muuaji

Viongozi wa nchi nyingi duniani, wanapoingia madarakani huapa kulinda katiba na sheria ya nchi wanazoziongoza, na kuwatendea haki raia wote bila ubaguzi. Hata hivyo baadhi ya viongozi hao wanapopata upinzani wa kisiasa, kuingiwa na hofu ya kuondolewa madarakani, na au kuchafuliwa sifa zao, husahau kiapo walichokula na kugeuka kuwa wauaji.

Biblia inaeleza habari ya mfalme Daudi wa Israel, ambaye

kwa miaka mingi alisifika kwa ushujaa, ucha Mungu, na hekima zake. Mfalme huyu alibadilika kuwa muuaji kwa hofu ya kuchafuliwa jina lake tu. Hii ilitokea baada ya Daudi kumpa mimba mke wa askari wake muaminifu (Uria), aliyekuwa katika vita ya kuitetea Israel, na kulinda himaya ya mfalme. Ili kuficha uovu wake, mfalme Daudi alitumia mbinu mbalimbali za kistaarabu. Mbinu hizo ziliposhindwa ndipo alipopanga njama za kumuua Uria, na kumchukua mke wake. Hofu ya kuchafuliwa jina lake ilimfanya mfalme Daudi awe muuaji (2 Samuel 11).

Tunasoma pia habari za mfalme Farao wa Misri, ambaye kwa hofu ya kuongezeka kwa wayahudi (waliokuwa utumwani Misri), aliagiza watoto wote wa kiume wauawe (Kutoka 1:16). Tukio kama hili lilijirudia miaka mingi baadaye wakati Yesu Kristo alipozaliwa katika Bethlehemu ya uyahudi. Mfalme Herode, aliposikia habari ya kuzaliwa masihi, aliingiwa na hofu kuu ya kunyang'anywa ufalme wake, na akaagiza watoto wote wa kiume wauawe, kama ilivyokuwa nyakati za Musa (Mathayo 2:16).

Si mfalme Daudi, Farao, na Herode tu waliogeuka wauaji kwa sababu ya hofu. Wapo viongozi wengine wengi duniani, waliofuata nyayo hizo hizo baada ya kulikaribisha pepo la hofu. Aliyekuwa rais wa Uganda miaka ya 1970 dikteta Idd Amin Dada, aliua waganda zaidi ya 500,000 kwa hofu ya kupinduliwa. Adolf Hitler aliua mamilioni ya wayahudi, kwa hofu isiyo na msingi, kuwa (wayahudi) wataitawala dunia kiuchumi, rais wa Iraq Bw. Sadam Hussein, aliua maelfu ya raia zake, kwa hofu ya kuondolewa madarakani, Kabaka Mutesa wa Uganda aliua wakristo wengi, kwa hofu ya ukristo kuitawala Uganda, Mfalme Bokasa...Mfalme Nguema... Mabutu Tseseseko... na wengine wengi ambao matendo yao yanawekwa kwenye mizani, wote waligeuka kuwa wauaji kwa sababu ya hofu tu.

(f) Hofu Itakufanya Utengwe na Mungu.
Bila shaka umewahi kusikia habari za Samsoni, kijana aliyekuwa mnadhiri wa Mungu toka tumboni mwa mama yake. Samsoni alikuwa mwenye nguvu nyingi kuliko mtu mwingine yeyote wa wakati wake, hivyo Mungu alimtumia vema kuwaadhibu wafilisti, kulinda himaya ya waisraeli, na kuliinua jina la BWANA Mungu wa majeshi.

Katika tukio moja Biblia inaeleza Samson akiwa amekasirika, alikamata mbweha mia tatu, akawafunga mienge ya moto katika mikia yao, kisha akawaachia wapite (wakimbie) katika mashamba ya ngano ya wafilisti na kuyateketeza kwa moto (Waamuzi 15:4). Katika matukio mengine Samson aliweza kuwashambulia na kuwaua wafilisti elfu moja kwa kutumia mfupa wa taya la Punda, na kumrarua Simba kwa mikono mitupu. Samson aliweza kuyafanya haya yote kwa sababu roho wa Mungu alikuwa ndani yake (Waamuzi 14:6).

Maisha ya Samsoni yaliharibika baada ya kuzidiwa na tamaa ya mapenzi, na kumuoa mwanamke mfilisti aliyeitwa Delila. Kwa maelekezo ya wafilisti, mwanamke huyo alitumia mbinu mbalimbali kumshawishi Samson amwambie asili ya nguvu zake. Hata hivyo Samsoni alikuwa mwerevu, na hakukubali kumwambia zaidi ya kumfanyia mizaha. Huenda Delila asingefanikiwa kupata siri yoyote kama asingetumia mbinu ya kumtia hofu Samson.

Mwandishi wa kitabu cha Waamuzi anaeleza hivi: *Mwanamke akamwambia, Wawezaje kusema, Nakupenda; na moyo wako haupo pamoja nami? Umenidhihaki mara hizi tatu, wala hukuniambia asili ya nguvu zako nyingi. Ikawa, kwa vile alivyomsumbua kwa maneno yake kila siku, na kumwudhi, roho yake ikadhikika hata kufa. Ndipo alipomwambia yote yaliyokuwa moyoni mwake, akamwambia, Wembe haukupita juu ya kichwa changu kamwe; maana mimi nimekuwa Mnadhiri wa Mungu, tangu tumboni mwa mama yangu; nikinyolewa, ndipo nguvu zangu zitanitoka, nami nitakuwa dhaifu, nitakuwa kama wanadamu wenzangu.* (Waamuzi 16: 15 – 16). Hofu ya kuonekana mwongo, asiye na mapenzi ya kweli, na pengine kumpoteza mpenzi wake Delila, ndiyo iliyomfanya Samson kutoa siri na hatimaye kuondokewa na nguvu za Mungu.

(g) Hofu Itakufanya Uwe Mkorofi

Hofu ya kuondolewa madarakani ilimsukuma mfalme Sauli kufanya ubabe mwingi kumtisha, na kumdhibiti Daudi. Tukio hili lilitokea baada ya Daudi kujipatia ushindi dhidi ya Goliati, jambo lililofanya wanawake wa Israel kujitokeza kwa wingi kumshangilia. *"Sauli ameua watu elfu, lakini Daudi ameua makumi elfu"* wanawake hao waliimba (1 samuel 18:7 – 8). Jambo hili lilimtia hofu kubwa mfalme Sauli, kiasi cha kumfanya aamini kijana huyo ameteka mioyo ya wananchi wote, na hivyo anaweza kumnyang'anya ufalme. Bila sababu nyingine ya msingi, Sauli akaanza kumfanyia Daudi ubabe, na vituko vingi, bila kujali ushindi aliompatia katika vita dhidi ya Goliati.

Hata sasa wapo watu wengi wenye tabia ya kufanya ubabe na vitisho kwa sababu ya kusukumwa na hofu. Hebu fikiria, ni wanandoa wangapi, wanaowazuia wenzi wao kufanya mambo mbalimbali ya maendeleo, kwa sababu ya hofu? Hofu huwafanya wanaume wengi kuwazuia wake zao kufanya kazi, biashara, na au kusafiri peke yao. Wapo pia wanawake wengi wanaofanya vurugu, kununa bila sababu, kukataa kufanya tendo la ndoa, au kuhudumia watoto wao kila waume zao wanapochelewa kurudi nyumbani hata kama wana sababu za msingi. Hofu huwafanya wawe wakorofi (wababe) bila sababu.

(h) Hofu Itakufanya Utamani Kujiua

Jambo baya zaidi linaloweza kuletwa na hofu ni mawazo au uamuzi wa kujiua (*Suicide*). Watu wanaofikia uamuzi huu hufanya hivyo kwa kudhani kifo kitawapunguzia matatizo, maumivu, au aibu iliyowakuta. Kwa mfano, mwanafunzi aliyemsaliti Yesu (Yuda) alipoona wayahudi wamemkamata mwalimu wake, na wanakwenda kumsurubisha, kwa hofu alivitupa hekaluni vile vipande therathini vya fedha, na akaenda kujinyonga (Mathayo 27:3).

Aidha, ukisoma historia ya Tanzania, na watu maarufu duniani, utaona habari za Mkwawa, shujaa na mtemi wa wahehe, ambaye kwa hofu ya kukamatwa na wajerumani, aliamua kujiua; Na mcheza sinema maarufu wa Hollywood, Robbin Williams (*Mrs Daubt Fire*) aliyejiua mwaka 2016 kwa sababu ya hofu ya ugonjwa wa *depression* uliokuwa ukimsumbua. Yamkini mtu asipokuwa na roho wa Mungu anaweza kujiua wakati wowote, na kwa sababu yoyote ile.

Katika miaka ya hivi karibuni limekuwepo ongezeko kubwa la vijana wanaojiua kwa sababu ya hofu ya kuchekwa, kudharauliwa na au kusumbuliwa na watu wengine hadharani au katika mitandao ya kijamii. Takwimu za mwaka 2013 zinaonesha asilimia 28% ya wanafunzi wa darasa (*grade*) 6 hadi 12 nchini Marekani hukutana na vitendo vya unyanyapaa (*bullying*) mashuleni na asilimia 16% ya wanafunzi wa darasa 9 hadi 12 hukutana na vitendo hivyo mitandaoni (*Cyber bullying*) hali inayosababisha ongezeko hilo (National Center for Education Statistics and Bureau of Justice Statistics). Lipo pia ongezeko kubwa la matukio ya watu kujiua kwa sababu ya wivu wa mapenzi, kufilisika, magonjwa yasiyotibika, kesi za ndoa na talaka, matatizo ya kifamilia, na kadharika.

Watu wanaojiua, hufanya hivyo kwa sababu ya hofu, kuwa jambo linalowasumbua kwa wakati huo, litaendelea kuwatesa muda wote, na kwamba njia pekee na ya haraka ya kuondokana na jambo hilo ni kifo. Watu wa aina hii huwa wameitupa imani, na kukaribisha ubinafsi; hivyo hawajali shida, uchungu, na simanzi, watakayowaachia wapendwa wao, baada ya wao kuondoka duniani. Hofu huwafanya wasiweze kufikiri vizuri, wala kuuona mkono wa Mungu wenye nguvu ya kuwatoa katika hali mbaya au maumivu yanayowasumbua. Mtu wa Mungu, nakuombea, kila aina ya hofu inayokusumbua katika maisha yako **ishindwe** katika jina la Yesu Kristo.

Kama unasumbuliwa na jambo lolote linalokufanya utamani kufa, au ufikirie kujiua, tafuta msaada wa haraka kutoka kwa Mungu, na watu wanaokuzunguka. Muombe Mungu akuondolee hofu inayokufanya ufikirie kujiua. Tafuta mtu unayemwamini, mueleze tatizo lako, ili akupeleke mahali unapoweza kupata msaada wa kiroho na kiakili. Kama huna mtu wa karibu, au unayemuamini, nenda kwenye kanisa lolote lililo karibu nawe, mueleze mchungaji tatizo hilo. Usimpe ushindi ibilisi kwa kuruhusu hofu idhulumu roho yako.

UNAWEZA KUISHINDA HOFU

Kwa msaada wa Mungu, unaweza kuishinda hofu, kama vile unavyoweza kuishinda mishale mingine ya shetani. Kabla ya kufa, kufufuka na kupaa kwake mbinguni, Yesu Kristo alitupa nguvu na mamlaka ya kuishinda hofu akisema *"Tazama nimewapa amri ya kukanyaga nyoka na nge, na nguvu zote za yule adui, wala hakuna kitu kitakachowadhuru"* (Luka 10:19). Kwa mamlaka haya, unaweza kukemea pepo, kuponya wagonjwa, kuvunja laana za kila namna, na zaidi sana kuikabili na kuishinda hofu (Wafilipi 4:13).

Ni muhimu sana kukumbuka maneno ya mtume Paulo aliyomuandikia Timotheo kumwambia *"Mungu hakutupa roho ya woga, bali ya nguvu, na upendo na ya moyo wa kiasi"* (2 Timotheo 1:7) Maneno haya ni ya msingi kwa sababu,

| TUFANI INAPOVUMA – UWE NA AMANI

"Usiogope, kwa maana mimi ni pamoja nawe; usifadhaike, kwa maana mimi ni Mungu wako; nitakutia nguvu, naam, nitakusaidia, naam nitakushika kwa mkono wa kuume wa haki yangu. Tazama, wote walioona hasira juu yako watatahayarika na kufadhaika; watu washindanao nawe watakuwa si kitu, na kuangamia. Utawatafuta wala hutawaona wale wapiganao nawe; watakuwa si kitu; watakuwa kama kitu kisichokuwa, wale waliofanya vita juu yako. Kwa maana mimi, BWANA, Mungu wako, nitakushika mkono wako wa kuume, nikikuambia, Usiogope; mimi nitakusaidia."

(ISAYA 41: 10 – 13)

yanathibitisha kuwa Mungu ameweka roho ya ushujaa ndani yetu, inayotuwezesha kuishinda hofu kwa imani na matumaini tu. Mungu hakutupa roho ya woga, kwa sababu, alijua shetani atajaribu kututia hofu ili tumuangukie na kumuabudu yeye. Lakini katika Yesu Kristo, tunatiwa nguvu na kufanywa kuwa mashujaa wa imani (Yohana 16:33).

Zingatia kwamba, **kupatwa na mshituko** ni kitu kisichozuilika; lakini kuendelea **kuishi katika hofu** ni **uamuzi**. Tunaweza kuamini hivyo kwa sababu, mambo mengi ya kutia hofu, yanayoweza kukunyima raha, kukukosesha usingizi, na hata kukupa ugonjwa wa moyo (a) hayana matokeo au madhara makubwa na mabaya kama unavyofikiria, (b) yana madhara lakini unaweza kuyadhibiti na au (c) Yana madhara makubwa na yako nje ya uwezo wako, hivyo hakuna unaloweza kufanya, zaidi ya kumuomba Mungu.

Unapoiruhusu hofu ikutawale unamuonesha adui yako kuwa wewe ni kiumbe dhaifu, na hivyo kumchochea aongeze bidii ya kukushambulia. Kila jambo la kutisha, kusikitisha, na au la kukatisha tamaa linapokujia, mshukuru Mungu, ukikumbuka kuwa yeye ni mkuu kuliko jambo hilo, na kuwa wewe ni mwanawe mpenzi.

Ayubu alipokumbwa na majaribu mengi alisema *"Maana jambo lile ninaloogopa hunipata, nalo linitialo hofu hunijia"* (Ayubu 3:25). Kumbe unapoogopa jambo Fulani, unaongeza uwezekano wa jambo hilo kukupata. Kwa mfano, hofu ya kufeli mtihani wa mwisho (*final exam*) inaweza kukufanya ushindwe kuelewa masomo kila unapojisomea (*lack of concentration*). Hali hiyo inaweza kukusukuma kukesha usiku kucha ukijisomea, jambo litakalofanya uchoke na kusinzia darasani wakati mwalimu anafundisha. Hali hii ikiendelea inaweza kukufanya uwe nyuma kimasomo. Na kama usipotambua tatizo lako bila shaka unaweza kufeli, sawa sawa na hofu yako..

Imani, ndilo jambo kuu katika mapambano dhidi ya hofu. Kama ukifuatilia vizuri habari za Daudi, utaona kuwa, kijana huyu, hakuwa na uzoefu wa vita, kama ule waliokuwa nao mfalme Sauli, kaka zake, na wanajeshi wengine wa Israel. Hata hivyo, Daudi alikuwa na hakika na ahadi za Mungu, jambo lililomuondolea hofu, na kububujisha chemchemi ya moyo wa kishujaa, aliouzungumzia mtume Paulo (2 Timotheo 1:7). Daudi pia alijua vita anavyopigana si vyake, ni vya BWANA Mungu wa majeshi; yeye awapaye ushindi wanaomwamini na kumtumainia.

Kwa kutambua roho ya ushujaa ambayo Mungu ameweka ndani yake, Daudi aliviondoa vita vile katika ulimwengu wa kimwili (*physical world*), na kuvipigana kwanza katika ulimwengu wa kiroho. *"Wewe unanijia mimi na upanga, na fumo, na mkuki, bali mimi ninakujia wewe kwa jina la Bwana wa majeshi, Mungu wa majeshi ya Israeli uliowatukana. Siku hii ya leo Bwana atakuua mkononi mwangu, nami nitakupiga, na kukuondolea kichwa chako, nami leo nitawapa ndege wa angani na wanyama wa nchi mizoga ya majeshi ya Wafilisti, ili kwamba dunia nzima wajue ya kuwa yuko Mungu katika Israeli. Nao jamii ya watu wote pia wajue ya kwamba Bwana haokoi kwa upanga wala kwa mkuki; maana vita ni vya Bwana, naye atawatia ninyi mikononi mwetu."* Daudi alimwambia shujaa wa wafilisti Goliati(1 Samuel 17: 45 – 47). Kwa maneno haya, Daudi alikuwa amejihakikishia ushindi hata kabla hajaanza kupigana kwa mikono yake. Nguvu za Mungu zilikuwa zimemzingira kila upande kwa sababu alikuwa akipigana vita vya BWANA.

Kumbe sisi pia tunaweza kuishinda hofu, na au vita vingine vya aina yoyote ile, kama tutaanza kuvipigana vita hivyo katika ulimwengu wa roho, kabla ya kuvikabili katika ulimwengu wa mwili. Tunaweza kufanya hivyo kwa kumuomba Mungu msaada, kusikiliza ushauri anaotuambia kila siku kupitia neno lake, kuwashirikisha wenzetu wenye imani kama sisi, au waliokomaa zaidi, na kwa kulikabili tatizo kwa moyo mkuu tukiwa na hakika kwamba Mungu yuko upande wetu, na atatushindia (Warumi 8:31).

Jambo hili tunaliona pia katika maisha ya nabii Daniel alipokuwa akifanya kazi chini ya mfalme Dario wa Uajemi. Mfalme huyo alipiga marufuku mtu yeyote kumuomba Mungu kwa desturi za kigeni, na akaonya kuwa mtu atakayebainika kufanya hivyo atatupwa katika tundu la Simba. Amri hiyo haikumfanya Daniel kuingiwa na hofu, na au kuacha kumuabudu BWANA mungu wake kwa sababu alikuwa na hakika Mungu anayemtumikia ana uwezo wa kumshindia kila jaribu, kumponya kila ugonjwa, na kumuokoa kutoka kila hatari. Imani hiyo ilimfanya aendelee kumtumikia Mungu kwa upendo na furaha, bila kubadilisha taratibu zake ili kumfurahisha mfalme.

Maadui zake walipoona mtego wao umefanikiwa kumnasa Daniel, walipeleka mashitaka kwa mfalme, na kusimamia kwa nguvu hukumu itendeke sawasawa na amri ya mfalme; yaani Daniel atupwe katika tundu la Simba. Hata katika hali ya kutisha namna hiyo Daniel hakuingiwa na hofu, kwa sababu alikuwa na hakika ya mambo makuu mawili (1) Mungu anayemuabudu ana nguvu na uwezo mkuu, hivyo atamuokoa katika hatari ile (2) Hata kama Mungu asipomuokoa katika hatari ile kifo chake kitakuwa cha faida, kwani atakwenda mbinguni kufurahi na watakatifu wengine (Daniel 6). Kwa imani hiyo, Mungu alimuokoa Danieli kutoka katika kinywa cha simba.

Biblia inasisitiza kuwa, watu waliomtupa katika tundu la simba, walishangaa kumuona mcha Mungu huyo akizungumza na simba badala ya kuraluliwa, jambo lililowafanya hata wao kutamani kumjua Mungu wake. Ni dhahiri kuwa, kitendo cha Daniel kusimama katika imani, ndicho kilichomfanya Mungu aingilie kati jaribu lile, ili nguvu na utukufu wake udhihirike kwa watu wote.

Kama Daniel angetii amri ya mfalme, na kuacha kumuabudu mungu katika roho na kweli, bila shaka maadui zake wangetafuta njia nyingine ya kumuangamiza, na kufanikiwa. Lakini kwa kuwa Daniel alikuwa na hakika na nguvu za Mungu aliweza kuishinda hofu na kumuaibisha shetani. Ushindi uliofanya maadui zake kuangamizwa kabisa, na yeye kupewa wadhifa wa juu zaidi.

Wewe pia, unaweza kusimama kiume kama Daniel, kuishinda hofu, na kumkabili adui yako kwa ushujaa ili kujipatia ushindi. Si kwa malumbano, vita vya maneno, au malipizi kama wanavyofanya watu wasio mjua Mungu; Bali kwa imani, matumaini, na kwa mafanikio yanayotokana na kusimama kwako katika imani. Biblia inasisitiza kuwa, ushindi wa Daniel ulibadilisha moyo wa mfalme, na kufanya Mungu wa Daniel atukuzwe na kuabudiwa na watu wote. Kumbe unapoikabili hofu kishujaa na kuishinda, si wewe peke yako unayeinuliwa, na au kufanikiwa; bali pia Bwana Mungu wa majeshi unayemuabudu na kumtumaini. Jiulize ni mambo gani yanayokupa hofu katika maisha yako. Je! Hofu hiyo ni ya kawaida, isiyokuwa na madhara, au ni hofu inayokuzuia kufanya mambo ya maana? Kama hofu uliyonayo inakurudisha nyuma, au kuwa kikwako katika maisha yako jua hofu hiyo haitoki kwa Mungu. Ikatae na kuishinda sasa.

SARA

Baba Mwenyezi mwenye huruma, kwa mamlaka uliyonipa kwa jina la Yesu, nakemea na kuvunja kila hila za shetani, zinazoleta hofu katika maisha yangu, na familia yangu;
zishindwe kwa jina la Yesu. Kila aina ya hofu inayoniandama ikome sasa, kwa jina la Yesu Kristo
Amen

Urithi wa Thamani

Amani yangu nawaachieni, amani yangu nawapa.
Niwapavyo mimi si kama ulimwengu utoavyo.
Msifadhaike mioyoni mwenu wala
Msiwe na hofu
(Yohana 14:27)

Amani ni kitu muhimu kuliko kitu kingine chochote. Yamkini, mtu yeyote hawezi kuwa na maisha yaliyo kamilika kama hana amani. Pasipo kuwepo amani vitu vya kuvutia huonekana takataka, na vyakula vitamu hupoteza radha yake. Mtu mwenye amani ya rohoni huweza kushinda shida na majaribu mengi, kwa sababu amani ya rohoni humpa ujasili.

Si jambo rahisi kuelezea thamani, na umuhimu wa amani kwa sababu amani haipimwi kwa mizani kama dhahabu. Si kitu cha kununua sokoni, kuokotwa njiani, au kufundishwa mashuleni. Amani hutoka kwa Mungu, naye huwapa wale aliowaridhia. Kwahiyo, Mungu asipokujalia amani ya rohoni, ni vigumu kuipata mahali pengine popote.

Je! tunawezaje kujua kwamba amani hutoka kwa Mungu, naye huwapa wale aliowaridhia? Mungu mwenyewe anatufahamisha umuhimu wa amani katika ujumbe aliotutumia kupitia kwa malaika zake. Yesu Kristo alipozaliwa katika Bethlehemu ya Uyahudi, malaika alitumwa kwenda kwa wachungaji, waliokuwa makondeni, wakilinda kundi la wanyama wao usiku kwa zamu. Malaika huyo aliwafahamisha wachungaji habari njema za kuzaliwa kwa mwokozi, na akawapa ishara wanazopaswa kuziangalia ili kumtambua mtoto huyo, mwenye hadhi ya kifalme.

Mara tu baada ya kumaliza kuwapa taarifa hiyo, kundi kubwa la majeshi ya mbinguni lilishuka, na kuungana na malaika huyo kumsifu Mungu wakisema *"Atukuzwe Mungu juu mbinguni, na duniani iwe amani kwa watu aliowaridhia"* (Luka 2:8 - 14). Ni Dhahiri kwamba Mungu alitaka wachungaji wale wajue, na kuwajulisha wengine nguvu, ukuu, na utukufu wa Mungu, na amani ambayo Mungu alikuwa ameishusha duniani kupitia mwanawe mpendwa Yesu Kristo. Amani inayowafikia wale wote ambao Mungu amewaridhia.

Ukitafakari kwa kina habari ya wachungaji hawa, utaona uhalisi wa maneno yaliyosemwa na majeshi ya malaika wa mbinguni (*Amani iwe duniani kwa watu (mungu) aliowaridhia*). Katika nchi ile waliyokuwa wakiishi wachungaji, walikuwepo watu wengine wengi, wenye sifa mbalimbali. Walikuwepo wafalme wenye milki kubwa, majemedari wa vita wenye kuogopwa, wafanya biashara matajiri, na watu wengine wenye madaraka, au hadhi ya juu katika jamii. Walikuwepo pia mafarisayo, na walimu wa sheria waliokuwa wakiheshimiwa kwa kuijua torati, kuihubiri na kuiishi. Hata hivyo Mungu hakumtuma malaika wake kwenda kwa watu hawa, bali kwa wachungaji, maskini, waliokuwa wakilinda kundi la kondoo wao kwa zamu usiku. Hawa, neema na amani ya mungu iliwashukia kwa sababu Mungu alikuwa amewaridhia.

Kwa hiyo, neema na amani ya Mungu inaweza kumfikia mtu yeyote, bila kujali sifa zinazoonekana kwa macho ya kibinadamu. Ndiyo maana mtu fukara anaweza kuwa na amani, lakini tajiri mwenye kila kitu kinachohitajika kwa matumizi ya kibinadamu, akakosa amani. Hii inawezekana kwa sababu tu, mawazo ya Mungu si sawa na mawazo ya binadamu, na njia zake si njia zetu (Isaya 55:8)

AMANI NI URITHI WETU

Ukitaka kuona thamani ya amani, tafakari jinsi urithi ulivyo na thamani. Mtu yeyote mwenye hekima, hutamani kuwarithisha wapendwa wake vitu vya thamani. Kwa hiyo mara nyingi mtu anapojiona siku zake za kidunia zimekaribia kwisha, huanza kugawa urithi kwa familia yake, au watu wengine anaowapenda. Kufanya hivyo humfanya ajisikie furaha na amani katika moyo wake, na pia husaidia kudhibiti mali yake isiporwe na watu wasiohusika.

Yesu naye, alipoona siku zake za kidunia zimekaribia kwisha, alitoa urithi kwa wanafunzi wake. Muinjili Yohana anaeleza kuwa, usiku ule uliotangulia kuteswa kwake Yesu alishiriki katika kalamu ya pasaka na wanafunzi wake. Na wakati walipokuwa wakila, aliwaambia wanafunzi wake mambo mengi wanayopasa kufanya baada ya yeye kupaa mbinguni, halafu akawaambia maneno haya *"Amani yangu nawaachieni, amani yangu nawapa. Nitoavyo mimi si kama ulimwengu utoavyo. Msifadhaike na wala msiwe na hofu"* (Yohana 14:27). Ukitafakari kwa kina maneno haya, utatambua kuwa usiku huu Yesu alifanya tendo la kuwakabidhi urithi wanafunzi wake. Urithi unaopaswa kudumishwa na kurithishwa kizazi na kizazi.

Swali la msingi ambalo kila mtu angependa kujiuliza ni hili: "Kwanini Yesu alichagua kuwaachia wanafunzi wake urithi wa amani na si kitu kingine chochote? Je urithi huu una thamani ya kufaa, ukizingatia kuwa aliyeutoa ni mfalme wa wafalme, na mwana wa Mungu aliye hai? Si jambo rahisi kupata jibu sahihi kwa 100% Lakini tunaweza kupata Kupata mwanga kidogo kwa kuchunguza maisha ya watu mbalimbali waliokuwa matajiri na au mashuhuri katika nyakati na sehemu mbalimbali.

Michael Jackson alizaliwa mwaka 1958 katika mji wa Gary, Indiana nchini Marekani akiwa mtoto wa nane kati ya watoto kumi wa Joe Jackson (baba) na Katherine Jackson (Mama) Mtu huyu anajulikana dunia nzima kutokana na kipaji chake kikubwa cha kutunga nyimbo, kuimba na kucheza muziki.

Uwezo wake huo ulimfanya awe maarufu tangu akiwa na umri mdogo wa miaka 14 tu alipotangazwa kuwa mfalme wa muziki wa POP (King of POP) duniani.

Katika maisha yake ya muziki, Michael alifanikiwa kujipatia mamilioni ya dola za kimarekani kutokana na mauzo ya rekodi zake na maonesho mbalimbali aliyoshiriki. *Album* yake ya *Thriller* iliweka rekodi ya kuwa album iliyouzwa zaidi duniani (Kiasi cha nakala milioni 65 za album hiyo zimeuzwa). Utajiri wake ukijumlisha fedha za mauzo ya album zake na maonesho unakadiliwa kufikia dola bilioni moja. Katika maisha yake Michael alitunukiwa medali nyingi na tuzo mbalimbali za kimataifa. Baadhi ya tuzo hizo ni pamoja na *World Music Awards, Grammy Lifetime Achievement, Hollywood Walk of Fame, Songwiters Hall of Fame* na kuandikwa katika *World Guiness book of records*, na kutunukiwa shahada ya *Honorary Doctor of Humane Letters*. Inaaminika kuwa Michael ndiye mwanamuziki pekee wa kizazi chake analiyewahi kukutana na marais na wafalme wengi zaidi duniani.

Pamoja na utajiri mkubwa, na umaarufu aliokuwa nao mwanamuziki huyo, alikuwa akisumbuliwa na mambo mengi yaliyomfanya apate msongo wa mawazo na kukosa usingizi. Hali hiyo ilimfanya aanze kutumia dawa aina ya propofol (Diprivan) ili kupata usingizi. Dawa hii kwa kawaida hutumiwa kuwalaza usingizi wagonjwa wanapotaka kufanyiwa upasuaji, au kuwatuliza wasisikie maumivu makali. Matumizi ya madawa haya ndiyo yaliyosababisha kifo cha mwanamuziki huyo akiwa na umri wa kati.

Ukifuatilia kwa kina habari za Michael, utatambua kuwa maisha yake, hayakuwa ya Amani kama wengi wetu tunavyodhani. Hii ni kwa sababu furaha na amani ni watoto mapacha, hivyo ukikosa kimoja hutakuwa na kingine. Kwa mujibu wa vyombo vya habari, Michael alikabiliwa na mambo mengi, yaliyomfanya asione thamani ya utajiri aliokuwa nao. Wakati fulani, aliwahi kulalamika kuwa, maisha yake ya utotoni yalitekwa nyara na uanamuziki wake (*career*) na hivyo kupora furaha aliyopaswa kuwa nayo kama mtoto, kwa kuishi maisha ya kitoto. Kumbe mamilioni ya fedha aliyokuwanayo, hayakuweza kununua furaha aliyokuwa akiitamani.

Si Michael Jackson peke yake aliyeonesha dalili za kukosa amani ya rohoni, japokuwa alikuwa na fedha nyingi. Bilionea Adolf Merckle wa ujerumani naye alikumbwa na hali hiyo hiyo kiasi cha kuamua kujiua. Bilionea Adolf alizaliwa tarehe 18 March 1934 Dresden, nchini Ujerumani. Alisoma katika shule mbalimbali na kufanikiwa kupata shahada ya sheria. Utajiri wake ulitokana na uwezo wake mkubwa wa kibiashara uliomuwezesha kuiinua kampuni ya madawa aliyorithi kutoka kwa babu yake (*Phoenix Pharmahandel*) na kuifanya kuwa kampuni kubwa zaidi ya usambazaji wa madawa nchini Ujerumani. Kwa mujibu wa takwimu zilizopo mauzo ya kampuni hii peke yake yanakadiliwa kufikia dola za kimarekani (USD) bilioni 22

Pamoja kampuni hiyo, Adolf pia alikuwa na vyanzo vingine vingi, vilivyomuongezea mapato. Vyanzo hivyo ni pamoja na kampuni ya uundaji wa magari aina ya Volkswagen, kiwanda cha kuzalisha saruji – Heidelberger, na hisa kwenye makampuni mbalimbali. Kufikia mwaka 2007 utajiri wa Adolf Merckle ulikadiliwa kufikia jumla ya dola za kimarekani (USD) bilioni 12.8 (Forbes Magazine). Katika maisha yake Adolf aliwahi kutajwa kuwa mtu wa 98 katika orodha ya watu matajiri zaidi ulimwenguni na kutunukiwa medali mbalimbali za heshima kutokana na mchango wake katika jamii.

Pamoja na kuwa na utajiri huo Adolf pia alikuwa na familia iliyoonesha kumuunga mkono katika kila jambo. Mke wake Ruth Holland, watoto wanne (wanaume watatu na mwanamke mmoja) walishirikiana naye katika mambo mengi ya kifamilia, kibiashara na kijamii. Katika hali ya kawaida, mtu yeyote angeweza kusema maisha ya bilionea huyo yalikuwa yamekamilika kwa kila hali, lakini haikuwa hivyo. Adolf alikuwa akikabiliwa na msongo wa mawazo uliosababishwa na mabadiliko hasi ya biashara zake hali iliyomuondolea furaha na amani.

Tatizo hilo liliendelea kukua na kuota mizizi siku baada ya siku hali iliyosababisha Adolf aamue kujiua, kwa kujilaza relini

TUFANI INAPOVUMA – UWE NA AMANI

ili akanyagwe na gari moshi lililokuwa likipita kwa kasi. Baadhi ya watu waliokuwa wakimfahamu wanaamini Adolf aliamua kujitoa uhai kwa sababu biashara zake zilianza kwenda mrama, kiasi cha kumfanya aingiwe na hofu ya kufilisika. Hamu ya kutaka kuendelea kuwa bilionea katika maisha yake yote, ilimfanya aamue kujiua.

Kama ungepata nafasi ya kuzungumza na watu waliokuwa wakimfahamu Adolf, na kuwaeleza kuwa siku moja mtu huyo atajiua, bila shaka wangekuona una matatizo ya akili. Hakuna kitu chochote kilichokuwa kikiashiria shida, au upungufu wa amani katika maisha ya mtu huyo. Majirani zake na watu waliomjua kwa karibu wanamtaja kuwa mmoja wa matajiri waliokuwa wakiishi maisha ya kawaida, na yasiyo na makuu. Alipenda kuendesha baiskeli yake kuukuu, na au gari yake ndogo aina ya Volkswagen iliyomfanya aonekane mtu wa kawaida tu. Hakupenda kutembea na mlinzi (*body guard*) na wala kufanya mambo ya kujiinua sana. Nyakati za jioni alipenda kutembelea mgahawa uliokuwa karibu na nyumbani kwake na kushirikiana kinywaji na watu wa kawaida.

Siku aliyojiua (tarehe 5 January 2009), Adolf aliondoka nyumbani kwake saa kumi na moja jioni baada ya kumuaga mkewe kuwa anakwenda ofisini kushughulikia jambo la dharula. Kwa vile hakuwa na mlinzi wa karibu (*body guard*), wala dereva wa kumuendesha, alikuchukua gari yake ndogo, na kuendesha mpaka mahali alipokuwa amepanga kujiua kwa kujilaza relini ili *train* imkanyage.

Ukitafakari kwa kina maisha na kifo cha Adolf utatambua kwamba amani ya rohoni haionekani kwa macho, bali ni tunda linalojificha ndani ya roho ya mtu binafsi. Kwa hiyo, si rahisi kwa mtu yeyote kujua mtu mwingine anajisikiaje, au kueleza kwa usahihi mambo yaliyojificha katika moyo wake. Mara nyingine, huwa tunajidanganya kwamba tunawajua watu kwa kuangalia magari wanayoendesha, nyumba wanazokaa, kazi wanazofanya, au aina ya maisha wanayoishi, tukadhani wana furaha na amani ya rohoni. Kumbe ni Mungu pekee anayeweza kuona yaliyofichika, kuyabainisha, na hata kutoa hukumu.

Mtu mwingine aliyepatikana na mambo kama yaliyomkuta Adolf Merkle ni mcheza sinema na mchekeshaji maarufu wa Marekani Robin Williams (*Mrs Doubtfire*). Robin alizaliwa katika jiji la Chicago, Illinois nchini Marekani tarehe 21 July mwaka 1951. Aliishi katika miji ya san Francisco na Los Angeles California ambako kwa kiasi kikubwa alijihusisha na mambo ya uchekeshaji (*stand up comedy*). Shughuli hizo zilimpatia umaarufu mkubwa na kumuingiza katika tasnia ya filamu.

Mwaka 1980 Robbin alishiriki katika filamu ya *Popeye* kama muigizaji mkuu na kujipata umaarufu mkubwa. Filamu hiyo ndiyo iliyomfungulia milango ya kuweza kushiriki katika filamu nyingine zilizomuinua zaidi ki mapato na ki-umaarufu. Filamu hizo ni pamoja na *The World According to Garp, Good morning Vietnam, Dead Poet Society, The Fisher King, Good will hunting, Mrs Doubtfire, Jumanji, Night at the Museum* na *World's Greatest dad*. Katika maisha yake Robin Williams alipewa medali mbalimbali za mafanikio katika ushiriki wake kwenye filamu mbalimbali. Medali hizo ni pamoja na 1997 *Academy Award for Best Supporting Actor, Emmy Awards, Golden Globe*, na *Grammy Awards*.

Pamoja na umaarufu mkubwa aliokuwa nao Robin Williams alijiua kwa kujinyonga tarehe 11 August 2014 nyumbani kwake Paradise Cay, jijini California. Taarifa zilizoelezwa na polisi baadae, zinaeleza mcheza sinema huyo, alijinyonga kwa kutumia mkanda, na kufa kwa kukosa hewa. Hakuna mtu mwenye maelezo ya kutosha kuelezea sababu zilizomfanya mtu huyu maarufu kuamua kujinyonga. Katika taarifa yao polisi walieleza Robbin alijiua kwa sababu alikuwa akisumbuliwa na ugonjwa wa msongo wa akili (*Depression*) uliomfanya akose furaha.

Hebu tafakari kwa kina kidogo, Robbin Williams, pamoja na watu wengine maarufu waliotajwa walikuwa na uwezo mkubwa wa kifedha. Lakini bado walikuwa wakisumbuliwa na mambo mengi yaliyowaathiri kimwili kiroho na kiakili, na hivyo kuwanyima amani ya rohoni. Kumbe ingawa pesa inaweza kununua mahitaji mengine yote, haiwezi kununua furaha na amani. Vitu hivi hutoka kwa Mungu; na mtu anapovikosa hupoteza thamani ya maisha, hujichukia na hata kuweza kujiua.

Umuhimu na thamani ya amani ya rohoni pia unaonekana katika ndoa za matajiri, wacheza sinema, na watu wengine maarufu wa Hollywood, California na sehemu nyinginezo. Katika hali ya kawaida unaweza kudhani ndoa za matajiri hawa ni imara, na za furaha kwa sababu wana uwezo wa kununua kitu chochote wanachotamani, kwenda mahali wanapotaka, na kustarehe kadri wanavyojisikia. Lakini taarifa zinazotangazwa kila siku katika vyombo vya habari, na takwimu zilizowekwa hadharani zinaonesha mfumuko wa talaka, na mmomonyoko mkubwa wa maadili miongoni mwa wanandoa matajiri wa Hollywood, na matajiri wa sehemu nyingine.

Uchunguzi uliofanywa na Radford University katika kipindi cha mwaka 2015 na 2016 unaonesha asilimia kati ya 40 na 50 ya wanandoa wapya hupeana talaka kila mwaka. Uwiano huu (wa ndoa na talaka) uko juu zaidi kwa watu walio katika ndoa ya pili (asilimia 60 hadi 67) na ya tatu (asilimia 73 hadi 74). Takwimu hizi ni za juu sana zikilinganishwa na matukio ya talaka miongoni mwa wanandoa wanaoishi katika nchi maskini na zinazoendelea.

Sio rahisi kusema kwa neno moja sababu au chanzo halisi cha mfumuko wa talaka miongoni mwa matajiri hawa. Hata hivyo ni dhahiri kuwa mfumo wa kiuchumi na kijamii unaopelekea kudharauliwa kwa amri za Mungu, zenye misingi ya kuleta amani na upendo katika familia ni chanzo kikuu cha kuporomoka kwa maadili katika familia nyingi.

Miaka mingi iliyopita mtume Paulo akiongozwa na roho mtakatifu, aliliona tatizo hili, na akatuonya kupitia waraka wake aliowaandikia Warumi akisema *"Maana ufalme wa Mungu si kula wala kunywa, bali ni haki na amani, na furaha katika roho mtakatifu"* (Warumi 14:17). Kumbe unaweza ukakosa furaha, na amani, hata kama unao uwezo wa kupata mahitaji mengine yote. Kwa sababu hiyo, ni bora Mungu akupungukie chakula na vinywaji, lakini akupe amani ya rohoni; maana pasipo hiyo, ndoa yako inaweza kusambaratika, maisha kupoteza radha, na vitu vingine vyote kupoteza thamani yake.

AMANI NA FURAHA NI MAPACHA

Amani na furaha ni kama watoto mapacha. Yamkini huwezi kuwa na furaha kama huna amani, na huwezi kuwa na amani ukakosa furaha. Mungu anapokupa amani ya rohoni, hukupa pia furaha; na akikupa furaha hawezi kukupungukia amani ya rohoni. Mungu anathibitisha jambo hili akizungumza kwa kinywa cha nabii Isaya akisema *'Ndivyo litakavyokuwa neno langu, litokalo katika kinywa changu; halitanirudia bure, bali litatimiza mapenzi yangu, nalo litafanikiwa katika mambo yale niliyoyatuma. Maana mtatoka kwa furaha, mtaongozwa kwa amani. Mbele yenu milima na vilima vitatoa nyimbo; Na miti yote ya kondeni itapiga makofi"* (Isaya 55:11-12). Kwa hiyo furaha kuambatana na amani si mpango wa binadamu, bali ni utaratibu uliotengenezwa na Mungu mwenyewe ili kuwapa raha wateule wake.

Mfalme Daudi alifunuliwa kweli hii, na akamtukuza Mungu kwa wimbo akisema "*Utanijulisha njia ya uzima, mbele ya uso wako ziko furaha tele. Na katika mkono wako wa kuume mna mema ya milele.*" (Zaburi 16:11). Ingawa Daudi alikuwa mfalme tajiri, aliyezungukwa na fahari za kila namna, alitambua umuhimu na thamani ya furaha na amani, na alijua mahali vinapopatikana. Hivyo pamoja na hadhi kubwa aliyokuwa nayo, hakuona aibu kumwambia Mungu "*Bwana unihifadhi mimi, kwa maana nakukimbilia wewe*" (Zaburi 16:1). Mfalme huyu alikuwa na hakika kuwa, akiwa chini ya hifadhi ya Mungu atapata furaha na amani, kwani ni yeye pekee anayeridhia vitu hivyo.

Katika wimbo mwingine, mfalme Daudi alimwambia Mungu "*Umenitia furaha moyoni mwangu, kupita yao wanapozidishiwa nafaka na divai. Katika Amani nitajilaza na kupata usingizi mara. Maana wewe, BWANA peke yako, ndiye unijaliaye kukaa salama*" (Zaburi 4:7–8). Katika sehemu hii ya Zaburi Daudi anaendelea kuonesha upacha wa furaha na amani, na pia uthamani wa vitu hivyo vikilinganishwa na bidhaa, au mahitaji mengine ya kibinadamu. Mfalme Daudi anakiri kuwa Mungu pekee ndiye mwenye uwezo wa kutoa furaha ya kweli; na kuwa furaha yake hailinganishwi na ile inayopatikana kwa kuwa na wingi wa vitu vinavyokidhi mahitaji ya kimwili. Daudi ametumia neno *nafaka* kuwakilisha mahitaji ya lazima (kama chakula na maji) na neno *divai* kuwakilisha burudani na starehe, vitu ambavyo watu wengi hujisumbua kuvitafuta.

Si ajabu kwamba miaka mingi baadae mtume Paulo aliwaandikia barua Wafilipi kuwaambia *"Furahini katika BWANA siku zote; tena nasema furahini. Upole wenu na ujulikane na watu wote, Bwana yu karibu.*
Msijisumbue kwa neno lolote; bali katika kila neno kwa kusali, na kuomba, pamoja na kushukuru, haja zenu na zijulikane na Mungu. Na amani ya Mungu, ipitayo akili zote, itawahifadhi mioyo yenu na nia zenu katika Kristo Yesu (Wafilipi 4:4-7). Mtume Paulo aliandika waraka huu kwa kuongozwa na roho mtakatifu baada ya kupata taarifa, na kushuhudia wakristo wa kwanza wakiendelea kusumbuliwa na vitu vya kidunia. Hali ngumu ya maisha, shughuli nyingi za kila siku, na hamu ya kujikusanyia mali iliwafanya wakristo wengi kupoteza amani ya rohoni bila kujua. Katika waraka wake mtume Paulo aliwataka Wafilipi kumtanguliza Mungu katika maisha yao ili waweze kupokea msamaha, na kupata amani na furaha ya kweli.

Yapo mambo mengi unayoweza kujifunza katika sura hii. Lakini jambo la msingi unalopaswa kulitafakari kwa kina, ni uwepo wa Amani ya rohoni na furaha katika maisha yako. Je! Maisha unayoishi yanakufanya ujisikie u mwenye furaha na amani? Kama hapana, ni vitu gani vinavyokufanya ujisikie kukosa amani? Kama ndivyo, ni vitu gani vinavyokupa amani katika maisha yako? Je! Amani yako inatokana na Mungu, au vitu vya kidunia?

DUNIA INAWEZA KUKUPA AMANI

Yesu kristo alipotuachia urithi wa amani yake, pia alionya kuhusu uwepo wa amani nyingine isiyotoka kwake. Akizungumza wakati wa karamu ya mwisho aliyoshiriki na wanafunzi wake, Yesu alisema kwa ku-sitiza kuwa *"Niwapavyo mimi si kama ulimwengu utoavyo. Msifadhaike mioyoni mwenu, wala msiwe na hofu"* (Yohana 14:27b). Bila shaka Yesu alitoa onyo hilo ili kuwasaidia wanafunzi wake kuitambua, na kuithamini amani ya kweli inayotoka kwake badala ya kuitafuta amani ya kidunia iliyozoeleka na watu wengi.

Ni muhimu kukumbuka kwamba, Yesu hakukanusha uwezo wa dunia katika kumpa mtu amani; ila alitaka wanafunzi wake watambue kuwa amani ya dunia ni ya muda, na isiyo na ukamilifu, tofauti na ile inayopatikana kwake. Kwa maana yeye ni BWANA wa mabwana, na mfalme wa amani. Hata hivyo, si rahisi kuiona tofauti iliyopo kati ya amani ya Yesu kristo, na ile ya kidunia, kwa sababu hakuna mizani inayoweza kupima kiwango cha amani ya mtu, kuichambua na kuiweka katika kundi linalostahili kulingana na thamani yake. Kwa kawaida watu wengi hutathimini furaha na amani ya mtu kwa kuangalia aina ya maisha anayoishi, vitu anavyomiliki, madaraka yake, na nguvu (mamlaka) aliyo nayo katika jamii. Vipimo hivi huwafanya watu wengi kuamini kuwa matajiri, watu maarufu, na au wenye madaraka makubwa ndiyo wenye furaha na amani.

Ni kweli kwamba yapo mahitaji muhimu ambayo binadamu hawezi kuishi vema bila kwayo. Mahitaji hayo ni pamoja na chakula, mavazi, mahali pa kulala, huduma za afya, na usalama (wa familia na mali zake). Mwanasikolojia Abraham Maslow ameyachambua zaidi mahitaji haya kwa kuyagawanya katika makundi matatu: (i) **mahitaji ya lazima** (*basic needs*) ambayo ni chakula, mavazi, mahali pa kulala, na usalama - wa afya na mali (ii) **mahitaji ya kisaikolojia** (*physiolojical needs*) ambayo ni pamoja na mahusiano ya kirafiki na mapenzi (*Love*), kujiamini, madaraka, nguvu na mamlaka (iii) **mahitaji ya utoshelevu** (*self fulfillment*) ambayo ni pamoja na hali ya kujitambua (*self actualization*), kuielewa jamii inayokuzunguka, na kuishi kulingana na kweli za maisha (Maslow 1943).

Maslow anafafanua kwamba, watu wengi huishia katika kuhangaikia mahitaji ya msingi (*basic needs*), na mahitaji ya

TUFANI INAPOVUMA – UWE NA AMANI

kisaikolojia lakini hushindwa kuyafikia mahitaji ya utoshelevu (*self fulfillment*) yanayomfanya mtu ajitambue (*self actualization*). Anasisitiza kwamba si rahisi kwa mtu kuyatafuta mahitaji ya utoshelevu au kufikia daraja la kujitambua (*self actualization*) kama hajaweza kwanza kujitosheleza kwa mahitaji ya msingi. (Maslow, 1943) *A Theory of Human Motivation*. Hoja za Maslow zinapata nguvu tunapoangalia aina ya watu wanaojitokeza kugombea nafasi za uongozi katika jamii, na au serikalini. Kwa kutambua uwepo wa mfumo huu wa kidunia, Yesu kristo aliwaambia wayahudi *"Kwa maana kila mwenye kitu ataongezewa tele, lakini asiye na kitu, hata kile alicho nacho atanyang'anywa"* (Mathayo 25:29).

Hakuna ubishi, kwamba upatikanaji wa mahitaji haya (kama yalivyoainishwa na Maslow), unaweza kumsaidia mtu mwenye mali nyingi kuishi kwa unafuu kwa sababu ya uwezo wa kununua (*purchasing power*). Hata hivyo mali, au utajiri hauwezi kumuhakikishia mtu yeyote amani ya rohoni. Kinyume chake, mtu anayejilimbikizia mali, au madaraka, **pasipo kuwa na Mungu**, huwa katika nafasi kubwa zaidi ya kusumbuliwa na msongo wa akili, na au kukosa amani ya rohoni kuliko yule anayeishi maisha ya kuridhika.

Ni vema ieleweke kwamba, hakuna ubaya wowote kwa mtu wa Mungu kujitafutia mali, na au kuwa tajiri. Mungu anamtaka kila mmoja wetu afanye kazi kwa bidii na kupata matunda ya kazi yake. Anakataza uvivu (2 Wathesalonike 3:10), anaahidi kubariki kazi za mikono yetu, na kutupa utajiri wa mwili na roho kwa kadri ya mapenzi yake (Kumb la torati 28). Kwa ujumla, hakuna mtu yeyote anayeweza kupata utajiri halisi pasipo baraka za Mungu. Kwa sababu hiyo Musa aliwaambia wana wa Israeli *"Bali utamkumbuka BWANA Mungu wako, maana ndiye akupaye nguvu za kupata utajiri; ili alifanye imara agano lake alilowapa baba zako, kama hivi leo"* (Kumb 8:18). Kwa ahadi hii, Mungu aliwapa utajiri watu waliomtumikia kwa uaminifu, ikiwa pamoja na mfalme Daudi na mwanawe Sulemani, Ayubu, Ibrahim na wengine wengi. Utajiri huo ulikuwa baraka ya kuwawezesha kuwabariki watu wengine (Mwanzo 12:1-3), na si mshahara, rushwa, au kipimo cha uaminifu wao kwa Mungu (Ayubu 1:9-10).

Biblia inathibitisha pasipo shaka yoyote, kuwa utajiri si kipimo pekee cha baraka, na hivyo maskini wanayo nafasi kubwa katika ufalme wa Mungu. Katika waraka wake aliowaandikia watu wote, mtume Yakobo akiongozwa na roho wa Mungu aliandika *"Ndugu zangu wapenzi, sikilizeni, Je! Mungu hakuwachagua maskini wa dunia wawe matajiri wa Imani na warithi wa ufalme aliowaahidia wampendao?"*(Yakobo 2:5). Yakobo aliyasema haya kwa sababu jamii kubwa ya watu waliomwamini Yesu, na kumfuata, walikuwa wavuvi maskini, wakulima, na wachuuzi waliokuwa wakifanya kazi kwa bidii ili kujipatia riziki ya kila siku.

Vilevile wengi wa manabii na wachamungu wa kale walikuwa watu maskini wasiokuwa na mali yoyote ya kujivunia. Yohana mbaatizaji alikuwa fukara aliyekuwa akiishi kwa kula nzige na asali ya mwitu, na nguo zake zilikuwa singa za ngamia na mshipi kiunoni mwake (Marko 1:6). Mariamu mama wa Yesu, pamoja na Yusufu mumewe, walikuwa watu maskini walioishi maisha ya kawaida. Ili kuitunza familia yake Yusufu alifanya kazi ya useremala (ufundi samani), kazi ambayo Yesu pia aliifanya muda wote wa ujana wake, isipokuwa ile miaka mitatu na nusu aliyofanya kazi ya kutangaza habari njema za ufalme wa Mungu. Ni kwa sababu hii Yesu alimwambia mtu mmoja *"Mbweha wana pango, na ndege wa angani wana viota, lakini mwana wa Adamu hana pa kulaza kichwa chake"* (Marko 9:58)

Kitabu cha Matendo ya Mitume pia kinafafanua vema aina ya maisha waliyokuwa wakiishi mitume baada ya Yesu kupaa mbinguni. Mitume hao waliishi maisha ya kawaida, kwa kushirikiana na kusaidiana. Hawakuwa matajiri, lakini hakuwepo mtu yeyote mwenye mahitaji; kwa sababu wale waliokuwa na viwanja, au nyumba waliviuza, wakaileta thamani ya vitu vile walivyoviuza na kugawana na wenzao kwa kadri ya mahitaji ya kila mtu (Matendo 4:34). Utaratibu huo uliwawezesha kuishi kwa furaha na amani huku wakimtegemea Mungu, na kuendelea kulitangaza neno lake pasipo kuchoka.

Kwa kuwa shetani ndiye mfalme wa ulimwengu huu (Yohana 18:36), amefanikiwa kwa kiasi kikubwa kuwadanganya mamilioni ya watu, na kuwafanya waamini kuwa amani inaweza kupatikana kwa kujikusanyia mali, na kuishi maisha ya raha, anasa na ulevi. Watu wengi wanakubaliana na uongo huu na kuufuata, pasipo kujua kuwa kwa kufanya hivyo, wanampa shetani utukufu. Siku hizi watu wanaona fedha ndiyo kitu cha thamani zaidi, na wengine huwa tayari kuua, au kufanya vitendo vya kudharilisha utu wao, ilimradi waweze kupata utajiri.

Kiu ya kupata utajiri wa haraka huwasukuma watu wengi kutumia njia za mkato kupata fedha, bila kujali madhara ya vitendo wanavyovifanya kwa wenzao, au kwa jamii wanaoishi. Hali hii imechangia sana kuongezeka kwa choyo, roho mbaya, rushwa, ufisadi, biashara haramu ya madawa ya kulevya, uharibifu wa mazingira, na uhalifu mwingine wa kutisha. Kwa mfano, mwaka 2015 mmiliki wa kampuni moja ya kuuza madawa ya binadamu Afrika Mashariki (EA), alikamatwa na polisi baada ya kubainika kujiingizia mamilioni ya shilingi kwa kuuza madawa bandia ya kudhibiti ongezeko la virusi vya HIV vinavyosababisha ugonjwa wa upungufu wa kinga ya mwili - UKIMWI (*AIDS*). Uchunguzi uliofanywa na polisi, ulibainisha kuwa mamia ya waathirika (*victims*) waliotumia dawa bandia zilizoingizwa na mfanya biashara huyo, walipoteza maisha yao, na au kusumbuliwa na magonjwa mengine yaliyosababishwa na upungufu wa kinga ya mwili. Madaktari waliohojiwa baadae walieleza kuwa, maisha ya waathirika hao yangeweza kuokolewa, au wangeishi kwa muda mrefu zaidi kama wangekuwa wametumia dawa halisi alizopaswa kuagiza mfanya biashara huyo.

Si hivyo tu, miaka michache iliyopita serikali ya Tanzania ililazimika kupambana vikali na wavuvi haramu waliokuwa wakitumia baruti kupasua miamba baharini, ili waweze kukamata samaki wengi, na kwa haraka zaidi. Upasuaji wa miamba hiyo licha ya kuua samaki wadogo na viumbe wengine wasioliwa, pia umechangia sana uharibifu wa mazingira na uoto wa asili. Baada ya serikali kufanya operesheni maalum za kuwakamata watu waliokuwa wakijihusisha na vitendo hivyo, wavuvi wenye tamaa walianza kutumia sumu aina ya *Thiodan* kuvua samaki. Wavuvi hao, walikuwa wakimwaga sumu kwenye maeneo wanayozaliana samaki ili kuwalewesha, na au kuwaua kabla ya kuwakamata na kwenda kuwauza. Maelfu ya watu waliokula samaki hao waliugua matumbo, kuharisha damu na hata kufa kutegemea kiwango cha sumu aliyokuwa amekunywa samaki aliyeliwa.

Yapo matukio mengine mengi ya kusikitisha yaliyofanywa na watu mbalimbali kwa sababu ya kiu ya kupata utajiri. Kati ya mwaka 2010 na 2015 nchini Tanzania ulitokea mlipuko mkubwa wa mauaji ya watu wenye ulemavu wa ngozi (*Albino*). Watu waliokuwa wakifanya mauaji hayo waliwakata wahanga wao baadhi ya viungo vya miili, na kwenda kuviuza kwa waganga wa kienyezi waliokuwa wakiwaahidi kuwafanyia uganga (uchawi) ili waweze kupata utajiri. Ingawa matukio hayo kwa ujumla wake yalikuwa ya kusikitisha na kutisha sana, tukio liliouumiza vichwa vya watu wengi lilitokea mkoani Mara ambapo mwanaume mmoja alimuua mwanawe wa kumzaa kwa kumkata mapanga, na kujaribu kuuza viungo vyake. Mtu huyo alikamatwa na polisi na kufunguliwa mashitaka ya mauaji.

Si Tanzania pekee inayokabiliwa na vitendo vya mauaji na uhalifu wa kutisha. Nchini Mexico vitendo vya utekaji nyara watoto vimeongezeka mno licha ya serikali ya nchi hiyo kufanya jitihada kubwa za kupambana na magenge ya wahalifu. Wazazi wa watoto wanaotekwa nyara hulazimika kulipa fedha nyingi kama kilipizi (*ransom*) ili watoto wao waachiwe huru, wasikatwe viungo vya miili yao na au kuuawa.

Nako nchini Colombia magenge hatari ya wafanya biashara ya madawa ya kulevya hufanya mauaji mengi na ya kutisha kila mwaka. Wahanga wakubwa wa mauaji hayo huwa wananchi wa kawaida wanaokataa kushirikiana na wahalifu hao, viongozi wa serikali, askari wanaojaribu kuwadhibiti wahalifu hao, na watu wa kawaida wanaolazimishwa kuondoka katika maeneo yanayotekwa na au kushikiliwa kwa

| TUFANI INAPOVUMA – UWE NA AMANI

*Kwa sababu hiyo nawaambieni,
msisumbukie maisha yenu,
mle nini au mnywe nini;
wala miili yenu, mvae nini.
Maisha je! Si zaidi ya chakula,
na mwili zaidi ya mavazi?
Waangalieni ndege wa angani, ya
kwamba hawapandi, wala hawavuni,
wala hawakusanyi ghalani;
na Baba yenu wa
mbinguni huwalisha hao. Ninyi je!
Si bora kupita hao? Ni yupi kwenu
ambaye akijisumbua aweza kujiongeza
kimo chake hata mkono mmoja?*
(Mathayo 6:25-27)

Muda na wauzaji wa madawa ya kulevya (*cartel*). Matukio haya kwa ujumla wake yanathibitisha maonyo ya mtume Paulo kuwa katika siku za mwisho watu watakuwa wenye kujipenda wenyewe, wasiojali, na wenye kupenda pesa na anasa kuliko kumpenda Mungu (2 Timotheo 3:1 – 4).

Shetani pia amewaingiza watu wengi katika vitendo vya uasherati, zinaa, na ulevi wa kupindukia kwa hadaa ya kuwapa raha na furaha. Baada ya kuwafanya watu wengi kutoona ubaya na madhara ya ngono kabla ya ndoa, shetani amefanya jitihada kubwa ya kutangaza, na kuhalalisha ngono za watu wa jinsia moja, na zile za binadamu na wanyama. Hivi sasa uasherati huo umefikia kiwango cha juu kabisa, kiasi cha kuwafanya washiriki wake (mashoga) kujivuna hadharani, kudai haki ya kutambuliwa katika jamii, kubadilisha sheria za nchi, na hata kuteka makanisa na mahekalu ya Mungu kwa hila. Ni ajabu kwamba watu hawa wanafanya hivyo kwa imani kuwa wako katika kuitafuta furaha na amani ya kweli bila kujali kuwa wanapingana na amri ya Mungu (Wagalatia 5:19).

Mungu anafahamu uongo wa ibilisi. Ndiyo maana miaka mingi iliyopita, alituonya tusidanganyike na vitu vya dunia, vinavyoleta amani ya muda. Maonyo hayo yalipokelewa na mtume Paulo ambaye alitufahamisha kupitia waraka aliomuandikia Timotheo *"Walakini utauwa pamoja na kuridhika ni faida kubwa. Kwa maana hatukuja na kitu duniani, tena hatuwezi kutoka na kitu; ila tukiwa na chakula na nguo tutaridhika na vitu hivyo. Lakini hao watakaokuwa na mali huanguka katika majaribu na tanzi, na tamaa nyingi zisizo za maana, zenye kudhuru, ziwatosazo wanadamu katika upotevu na uharibifu. Maana shida moja la mabaya ya kila namna ni kupenda fedha; ambayo wengine hali wakiitamani hiyo wamefarakana na imani, na kujichoma kwa maumivu mengi"* (1 Timotheo 6: 6 – 10) anaeleza mtume huyo.

Kwa hiyo ingawa dunia inavyo vitu vingi vya kutamanika, na vinavyoweza kukupa furaha ya muda, vitu hivyo pekee, haviwezi kukupa amani ya rohoni. Pesa inaweza kununua madawa, kulipia vipimo, huduma za hospitali, na ada ya madaktari bingwa, lakini haiwezi kununua uzima, maana huo hutoka kwa Mungu mwenyewe. Pesa inaweza kununua vifaa vya kiusalama, na kulipa ghalama za walinzi hodari, lakini haiwezi kukulinda na maadui, wala kukupa usalama wa uhakika. Kwa sababu hii mfalme Daudi alimtukuza Mungu akisema *"BWANA asipoijenga nyumba waijengao wafanya kazi bure. BWANA asipoulinda mji yeye aulindaye akesha bure"* (Zaburi 127:1). Kwa hiyo tunapaswa kumpinga shetani kwa nguvu zote, na kuelekeza fikra zetu kwa Mungu tu. Yeye pekee ndiye mwenye uwezo wa kutupa raha, furaha na amani ya rohoni. Vitu hivi haviwezi kununuliwa kwa fedha wala dhahabu; na hakuna mtu yeyote anayeweza kuvitengeneza (Methali 22:4).

SARA
BWANA Yesu, tunakushukuru, na kukutukuza kwa urithi wa amani uliyotuachia. Tunakuomba utusaidie kuiishi amani hiyo na kuitangaza kwa wenzetu.
Amen

Pokea Amani ya Kristo

*Na amani ya Mungu ipitayo akili zote
Itawahifadhi mioyo na nia zenu
Katika Kristo Yesu*
(Wafilipi 4:7)

Upendo ndiyo sababu kuu iliyomfanya Yesu kristo kuuacha utukufu wake mbinguni, na kuja duniani kutufungua minyororo ya mauti na kuzimu. Yeye anajua mahangaiko yetu na udhaifu wetu. Ndiyo maana kwa zaidi ya miaka elfu mbili ameendelea kuita pasipo kukoma akisema *"Mtu akiona kiu, na aje anywe. Aniaminiye mimi, kama vile maandiko yalivyonena, mito ya maji yaliyo hai itatoka kwake"*(Yohana 7:37). Pamoja na wito huu bado mamilioni ya watu, wanaendelea kuishi kwa shida, na mateso kwa sababu ya kukosa amani ya rohoni; kitu kinachopatikana bure kwa Yesu. Wengi wa watu hawa hawajui, na au hawaamini kuwa Yesu kristo ndiye mfalme wa amani, na anaweza kuwagawia urithi wa amani ya rohoni bure, ili kuwaondolea masumbufu yao.

Wapo pia mamilioni ya watu, wanaomwamini Yesu Kristo kama nabii, mwalimu, na au mwana wa Mungu, na hivyo kuwa na haki ya kupokea urithi wa amani ya rohoni. Hata hivyo kwa sababu ya kutokuwa na maarifa, watu hawa hutumia gharama kubwa na kupoteza muda mwingi kuitafuta amani pasipo kuiona, kuipokea, na au kuiishi.

Wewe pia unaweza kuwa mmojawapo wa wale wanaoitafuta amani kwa bidii pasipo kuiona, na hivyo kujiuliza maswali mengi, na au kukata tamaa. Kama ni hivyo, basi inawezekana pia ukaanza kuhoji uhalisia wa maneno yanayohubiliwa makanisani, na au yale unayoyasoma katika Biblia. Unaweza hata kuanza kuamini kuwa habari za Yesu ni simulizi tu kama zilivyo Alfu lela ulela na hekaya nyingine maarufu zilizoandikwa zamani. Yamkini ibilisi anataka uamini hivyo, ili aweze kukupotosha. Kwa maana yeye ni muongo na baba wa uongo (Yohana 8:44).

Kwa hiyo kabla hujakata tamaa, au kuelekeza lawama kwa mtu yeyote, jiulize kwa dhati moyoni mwako. Je! Umewahi kuipokea amani ya Yesu moyoni mwako? Kama hujawahi kufanya hivyo, kwanini unalalamika kwa kutokuwa na amani? Unawezaje kufaidika na kitu usicho kimiliki? Yesu alipotuachia urithi wa amani alisema *"Amani yangu nawaachieni, amani yangu nawapa"* (Yohana 14:27) Maneno haya yanaonesha kuwa Yesu alikuwa na mamlaka ya kutoa amani (kurithisha) kwa mtu yeyote, kwani ni kitu chake. Yeye ni mwana wa Mungu aliye hai na mfalme wa amani (mmiliki asili). Kwa kutugawia urithi huo, ametupa haki na wajibu wa kuupokea tukiwa warithi wa Mungu kulingana na ahadi zake.

Lakini utawezaje kufaidika na urithi ulioachiwa pasipo kuupokea? Utasemaje kitu ni chako, bila kufanya taratibu za kuhamisha haki ya umiliki wa kitu hicho kutoka kwa aliyekurithisha, kuja kwako? Yamkini, kama usipofuata taratibu za mirathi kama zinavyoelekezwa kisheria, na au kimila, unaweza kupoteza haki ya urithi ulioachiwa, hata kama kila mtu anajua kuwa wewe ndiye mrithi halali. Kwa mfano, mtu akikupa urithi wa hundi (*cheque*) yenye thamani ya dola milioni kumi, bila shaka maisha yako yatakuwa yamebadilika kabisa. Fedha hizo zinaweza kukufanya tajiri na au kukupunguzia matatizo mengi yaliyokuwa yakikusumbua.

Hata hivyo ili uweze kuzitumia fedha hizo utalazimika kwanza uingize (*deposit*) hundi hiyo kwenye akaunti yako ili ikuwezeshe kuchukua fedha taslimu (*cash*) na au kuzihamisha kielektroniki. Lakini kama usipochukua hatua ya kutumbukiza hundi uliyopewa kwenye akaunti yako, hutaweza kutumia fedha hizo hata kama unakabiliwa na shida kubwa.

Vilevile, kwa kujua thamani ya urithi (hundi) uliopewa, matajiri wenye tamaa wanaweza kukushawishi uchukue mkopo kutoka kwao, kwa mashalti kwamba ulipe mkopo huo na riba kubwa, mara tu ukisha *deposit* hundi yako. Kama usipokuwa makini, na kwa tamaa ya kupata fedha haraka unaweza kufikiri matajiri hao ni wema, na wana nia njema ya kukusaidia. Lakini siku utakapoingiza hundi yako katika akaunti, na kuona kiasi cha riba unachopaswa kulipa, ndipo utakapotambua kuwa nia ya matajiri hao ilikuwa ni kupora urithi wako, na kukufilisi ili uendelee kuwa mtumwa au kibarua wao.

Kama ilivyo muhimu kwa aliyepewa hundi kufungua akaunti benki, ili aweze kuingiza fedha zake, ndivyo ilivyo muhimu kufungua moyo wako kwa Yesu ili amani aliyokurithisha iweze kukuingia. Yamkini kama usipofungua moyo wako, hakuna muujiza mwingine wowote unaoweza kukupa amani ya rohoni. Haijalishi unamuomba Mungu mara ngapi kwa siku, unafunga siku ngapi katika wiki, au unatoa sadaka kubwa kiasi gani kila wiki. Bila kufungua moyo wako kwake, huwezi kupata amani ya kweli. Fungua moyo wako sasa ili Yesu aingie, na kukupa nguvu za kuishinda dhambi na mauti, ili upate amani ya kweli.

Fahamu kwamba shetani anatamani sana kukunyang'anya amani uliyoachiwa kabla hujaanza kuifaidi, ili uendelee kuwa mtumwa wake. Yeye ndiye tajiri mwenye tamaa anayekuja kukushawishi ukope amani ya kidunia kutoka kwake, ili aweze kukubana kwa mashalti magumu na riba kubwa zitakazo kufanya upoteze haki yako ya urithi. Jifunze kutoka kwa mfanya biashara mwenye hekima, asiyekubali kuporwa urithi wake kwa mkopo wa kitapeli. Jizoeze kumwambia shetani hapana! (Yakobo 4:7).

Je! Ufanye nini basi?

MPOKEE YESU MOYONI MWAKO

Makumi elfu ya watu, na hasa wakristo wanapoulizwa kama wamempokea Yesu mioyoni mwao, hujibu '**ndiyo**' kwa kujidanganya ati kuwa mkristo kunamfanya mtu *automatically* awe amempokea Yesu moyoni mwake, na hivyo kupokea wokovu. Lakini kama ukifanya utafiti kidogo utagundua kuwa watu wengi hawaelewi maana halisi ya kumpokea Yesu.

Kwa ufupi wapo watu wengi waliozaliwa, na au kukulia katika familia au mazingira ya kikristo, na hivyo kujikuta wakiwa wakristo. Watu hawa hawajawahi (kwa hiari yao) kumpokea Yesu moyoni mwao kama BWANA na mwokozi wa maisha yao, na hivyo kuweka **agano binafsi** na Mungu. Hali hii imechangiwa sana na uongo wa ibilisi, ambaye amewafanya wengi waamini kwamba mtu akiwa mfuasi wa dhehebu au mchungaji maarufu, kikundi fulani cha dini, na au kanisa fulani, anakuwa tayari ameokoka hata kama haishi kulingana na neno la Mungu, lenye uzima. Uongo huu ni wa hatari na unawaangamiza watu wengi.

Yesu alifundisha hadharani akisema kuwa *"Mtu asipozaliwa mara ya pili hawezi kuuona ufalme wa Mungu"* (Yohana 3:3) na akasisitiza kwamba *"Mtu yeyote akitaka kunifuata, na ajikane mwenyewe, ajitwike msalaba wake kila siku, anifuate* (Luka 9:23) Kwa hiyo ili uweze kuwa mfuasi wa kweli wa Yesu kristo, unapaswa kuzaliwa mara ya pili katika roho, uachane na mazoea mabaya yasiyompendeza Mungu, na kuishi kulingana na mafundisho yake. Kwa sababu hiyo suala la kumuamini Yesu, na kupokea wokovu si la familia, au kikundi; bali ni suala la mtu binafsi na Mungu.

Ili uweze kumpokea Yesu moyoni mwako, unapaswa kwanza, uamini ya kwamba yeye ndiye masihi mwana wa Mungu aliye hai, na kuwa alisurubiwa msalabani ili damu yake iwe fidia ya ondoleo la dhambi za ulimwengu. Pamoja na kuamini hayo unapaswa pia kutubu dhambi zako, na kuziacha kabisa, ili Mungu aweze kukusamehe, na kukuweka miongoni mwa watakatifu. Baada ya hayo ni vema ujiunge na kanisa linalofuata mafundisho ya Biblia kwa dhati, na kama hujawahi kubaatizwa, utapaswa kubaatizwa sawasawa na neno lake *"Yeyote aniaminiye na kubaatizwa ataokoka; asiyeamini atahukumiwa"* (Marko 16:16). Zaidi ya yote, inakupasa udumu katika kujifunza kweli ya neno lake, ili iweze kukulinda na mafundisho manyonge, na mazoea ya kibinadamu yanayoweza kukuvuruga na au kukufanya upoteze amani yako (Yohana 8:32).

FANYA MAAMUZI YA BUSARA

Kesho yako inategemea sana maamuzi utakayoyafanya hivi leo. Ukifanya maamuzi mazuri na ya busara, kesho yako itakuwa nzuri, na ukifanya maamuzi mabaya kesho yako itakuwa mbaya. Maamuzi yako ndiyo yatakayochangia kwa kiasi kikubwa jinsi maisha yako ya baadae yatakavyokuwa, aina ya familia utakayoijenga, kazi na au biashara utakazofanya, marafiki utakaokuwa nao, na historia utakayoiacha duniani baada ya kifo chako. Mfalme Sulemani aliwahi kusema *"Heri mtu yule aonaye hekima, na mtu yule apataye ufahamu. Maana biashara yake ni bora kuliko biashara ya fedha, na faida yake ni nyingi kuliko dhahabu safi"* (Methali 3:13). Kimsingi maamuzi yako ndiyo yatakayokufanya uwe na amani ya rohoni, au uishi kwa hofu na dhiki.

Kwa mfano, mtu akikupa shilingi milioni kumi, una hiari ya kuzitumbua zote katika siku moja, au kuziwekeza katika biashara. Kama ukiamua kuzitumbua, utakuwa umejifurahisha kwa siku moja, na kama huna akiba nyingine, kesho yake unaweza kulala na njaa. Lakini ukiamua kuwekeza katika biashara, utakuwa umejihakikishia uwezekano wa kuzalisha pesa nyingi zaidi, na hata kuwa tajiri. Vilevile, ukiamua kufanya kazi kwa juhudi na maarifa utakuwa unafungua mlango wa mafanikio katika maisha yako, lakini ukiendekeza uvivu, ulevi, starehe na anasa utakuwa unajichimbia kaburi la umaskini.

Ni kwa sababu hizi Musa aliwaonya wana waisraeli

TUFANI INAPOVUMA – UWE NA AMANI

akisema *"Nazishuhudia mbingu na nchi juu yenu hivi leo, kuwa nimekuwekea mbele yako uzima na mauti, Baraka na laana; basi chagua uzima, ili uwe hai, wewe na uzao wako"* (Kumbukumbu la torati 30:19). Musa alitoa onyo hili kwa sababu waisraeli wa wakati huo walipaswa kuishika torati, na hukumu zake, ili waweze kuishi kwa usalama. Mtu yeyote aliyevunja torati aliadhibiwa vikali, alitengwa na jamii, au kuuawa.

Sisi tumepata baraka ya kuishi katika wakati wa neema ya Yesu Kristo, na hivyo hatufungwi na torati ya Musa. Hata hivyo andiko hili linatuhusu sana kwa sababu suala la kupata, au kukosa uzima wa milele, pia linategemea maamuzi utakayoyafanya hivi leo.

Ni vema basi ujizoeze kufanya maamuzi ya busara, yatakayokufanya uwe na amani ya rohoni. Mtangulize Mungu katika kila jambo unalolifanya, ili roho mtakatifu aweze kuwa mshauri wako mkuu (Methali 3:5). Kabla ya kufanya uamuzi wowote, jiulize kama uamuzi huo unaendana na kanuni za Mungu, sheria za nchi, na muelekeo wako ki maisha. Kama hauendani na mambo hayo, usifanye papara; tafakari tena, na tena, huku ukichambua kila hoja kwa makini.

Miaka mingi iliyopita alikuwepo mfanya biashara mmoja tajiri, na maarufu sana. Mfanyabiashara huyu licha ya kuwa na pesa nyingi, aliheshimika sana kwa sababu ya mambo makuu mawili: Kwanza, alikuwa mcheshi, mkarimu na mwenye kujitoa katika jamii. Pili yeye ndiye aliyekuwa muuzaji maarufu wa sanda (nguo ya kuzikia) katika mji aliokuwa akiishi, bidhaa ambayo kila mtu kwa wakati wake aliihitaji. Mfanya biashara huyu alikuwa tayari kumkopesha sanda mtu yeyote aliyefiwa, na kamwe hskutaka kulipwa haraka au kwa riba. Utaratibu huo ulimfanya aheshimike, na kutawala soko la vifaa vya kuzikia.

Pamoja na utajiri wake, mfanyabiashara huyu alikuwa na siri kubwa ambayo hakuna mtu yeyote aliyekuwa akiijua. Ya kwamba sanda zote alizokuwa akiziuza zilikuwa mitumba! Naam, huyu bwana alikuwa na tabia ya kufukua makaburi, na kuwavua sanda maiti waliozikwa, kisha akaenda kuzifua kwa sabuni na madawa na kuziuza tena. Kwa vile yeye ndiye aliyekuwa muuzaji na mshonaji wa sanda, hakuna yeyote aliyeweza kufikiria kuwa sanda anazouza ni mitumba. Ujanja huo ulimpatia faida kubwa kwani sanda moja aliyoinunua, aliweza kuiuza hata mara ishirini,

    Siku moja majira ya saa tisa usiku mfanya biashara huyo alikwenda makaburini kuchukua sanda aliyokuwa ameiuza mchana wa siku hiyo. Mara tu baada ya kufika eneo hilo la kutisha, akachukua koleo na kuanza kufukua kaburi alilokuwa amelikusudia.. Kaburi lenyewe lilikuwa limechimbwa sehemu yenye mchanga, na mazishi yalifanyika kiasi cha masaa kumi hivi yaliyopita, kwa hiyo haikumuwia vigumu kulifukua. Muda mfupi tu baadae akawa ameshaifikia maiti na kuitoa nje. Akailegeza mishipi iliyokuwa imezinga sanda na kuitoa maiti, akaiweka chini pembeni ya kaburi..

    Kwa mara ya kwanza katika maisha yake mfanyabiashara akapigwa na butwaa! Maiti ilikuwa ya msichana mzuri kupindukia. Alikuwa binti wa miaka 17 hivi. Sura yake ilikuwa nzuri kama malkia wa Sheba, na umbo lake lilivutia kama Bethsheba. Pale chini alipokuwa amelazwa alionekana kama mtoto aliyelala usingizi. Midomo yake mizuri ilionesha tabasamu kama la mtu anayeota ndoto ya kufurahisha.

    Uzuri huo ulimvutia sana mfanya biashara, Kwa sekunde kadhaa akamkodolea macho binti yule kwa tamaa, huku moyo wake ukidunda kwa kasi, na miguu ikimtetemeka. Taratibu akanyoosha mkono wake kumpapasa kifuani. Akashangaa kuona mwili wa binti huyo ukiwa ungali moto kana kwamba alikuwa mzima. Bila kufikiri mara mbili akavua nguo zake na kumuingilia kimwili. Akalala naye!

    Kwa muda usiojulikana akaendelea kufanya uchafu huo bila kukumbuka kwamba alikuwa akicheza na maiti. Alipoona ameridhika akasimama, na kuchukua nguo zake ili avae kisha airudishe maiti kaburini na kufukia kabla hakujaanza kupambazuka. Lakini kabla hajaanza kuvaa suruali yake, ile maiti ikafumbua macho na kukaa kitako, ikamuuliza "Hivi wewe huna aibu, na hata humuogopi Mungu wako? Yaani unataka mimi **niende kwa Mungu wangu nikiwa uchi,** tena na janaba? Baada ya maneno hayo binti yule akafumba macho na kujilaza chini; akarudi kuwa maiti kama alivyotolewa kaburini.

Kitendo hicho kilimshitua sana yule mfanya biashara. Kwa dakika kadhaa alibaki akiwa ameduwaa, asijue la kufanya. Akili ilipomrudia ndipo alipotambua ubaya wa tendo alilolifanya. "**Nimezini, tena na maiti**? Alijisemesha huku akilia kwa sauti kubwa. Bila kuvaa nguo akatoka mahali pale mbio kuelekea katika nyumba ya ibada iliyokuwa umbali mfupi tu kutoka pale.. Alipofika akawakuta watu waliokuwa wamekesha wakimuomba Mungu, na wachache waliokuwa wamejidamka kuwahi sala ya alfajili. "Naombeni mnipige mawe mpaka nife, maana kwa dhambi niliyofanya sistahili kuishi" Aliwaeleza waungwana hao huku akilia kwa sauti ya juu. "Imekuwaje? Walimuuliza kwa mshangao baada ya kumstiri kwa shuka, na kumtuliza wakidhani amerukwa na akili. Ndipo mfanya biashara huyo alipoeleza madhambi yake yote. Kuanzia siri yake ya kuuza sanda zilizotumika, na mambo yote aliyoyafanya usiku ule. Baada ya maelezo hayo mfanyabiashara akawaongoza watu hao makaburini ambako waliikuta ile maiti ikiwa bado imelazwa nje ya kaburi.

Tukio hili liliwaudhi sana watu wote waliolishuhudia.. "Tumpige mawe" baadhi yao walisema. "Hapana, kumpiga mawe haitoshi, tumchome moto" wengine walidakia huku kila mmoja akitaja adhabu anayodhani itakuwa kubwa zaidi. Baada ya malumbano ya muda mfupi, mzee mmoja mwenye hekima akapaza sauti kuomba asikilizwe. "Ndugu zangu, hatuna sababu ya kumuhukumu huyu mwenzetu, kwa sababu Mungu amekwisha msamehe.

Kumbukeni mtu huyu alifanya mambo haya akiwa peke yake. Kama angetaka angeweza kufukia hii maiti, na kurudi nyumbani kwake kimyakimya, na wala hakuna mtu yeyote angejua kilichotokea. Lakini yeye mwenyewe kwa hiari yake ameamua kutufuata, tena akiwa amekwisha jihukumu kifo kwa kujua ukubwa wa dhambi alizofanya. Kwa kitendo hicho nina imani mwenyezi Mungu amemsamehe, maana yeye ni mwingi wa huruma. Na kama Mungu amemsamehe, sisi tuna haja gani ya kumuhukumu ?". Kwa maelezo hayo watu wote

*Watoto wangu wadogo, nawaandikia haya
ili kwamba msitende dhambi.
Na kama mtu akitenda dhambi
tunaye Mwombezi kwa Baba,
Yesu Kristo mwenye haki, naye ndiye kipatanisho kwa
dhambi zetu; wala si kwa dhambi zetu tu, bali na kwa
dhambi za ulimwengu wote.
Na katika hili twajua ya kuwa tumemjua yeye, ikiwa
tunashika amri zake. Yeye asemaye, Nimemjua, wala
hazishiki amri zake, ni mwongo,
wala kweli haimo ndani yake.
Lakini yeye alishikaye neno lake, katika huyo upendo wa
Mungu umekamilika kweli kweli. Katika hili twajua ya
kuwa tumo ndani yake.*
(1 YOHANA 2 : 1 - 5)

waliokuwepo mahali pale wakaridhia kumsamehe, na kuanzia siku hiyo mfanya biashara yule akawa mcha mungu kweli kweli (Imenukuliwa kutoka *hadithi za kiislam* - italiki ni zetu).

Pengine katika maisha yako umewahi kufanya mambo mabaya, ya kutisha na au ya kuumiza mioyo ya watu wengi. Huwenda baadhi ya mambo hayo umeyafanya hadharani, na mengine sirini, hivyo hakuna yeyote anayeyajua iwe mkeo, mumeo, au wazazi wako. Lakini kumbuka Mungu alikuona, na shetani alikuwa pamoja nawe. Ndiyo maana (shetani) anaendelea kukutesa, kukukejeli na kukufunga ili usiwe na amani. Nataka kukukumbusha rafiki yangu, kuwa Mungu wetu ni mungu wa msamaha. Ni yeye pekee anayeweza kukusamehe uovu wako wote, kukusafisha, na kukufanya kuwa kiumbe kipya.

Kwa hiyo haijalishi dhambi zako ni chafu kiasi gani, au umezifanya kwa miaka mingapi. Kama ukiamua kutubu na kuziacha, yeye yuko tayari kukusamehe, kwani yeye huwa anatusamehe sisi kwa ajili yake yeye mwenyewe. Ndiyo maana hachoki kutuita akisema "*Njooni kwangu ninyi nyote msumbukao na wenye kulemewa na mizigo, nami nitawapumzisha* (Mathayo 11:28). Haishii hapo, anaendelea kutubembeleza akisema "Haya, njoni, tusemezane...*Dhambi zenu zijapokuwa nyekundu sana, zitakuwa nyeupe kama theluji; zijapokuwa nyekundu kama bendera, zitakuwa nyeupe kama sufu*. Kama mkikubali na kutii mtakula mema ya nchi (Isaya 1:18-19).

Kwa ujumla Mungu anafahamu kuwa sisi ni viumbe dhaifu, na ndiyo maana huwa anatusamehe dhambi zetu kila tunapomwendea kwa unyenyekevu na toba. Tena yeye huwa hafufungulii akaunti za makosa, bali akishatusamehe huwa hazikumbuki dhambi hizo tena. Kama mashariki ilivyo mbali na maghalibi ndivyo anavyoziweka dhambi zetu mbali nasi. (Zaburi 103:12) Sisi tunachopaswa kufanya nikumwendea tu na kuupokea msamaha bure. Yeye anatuita akisema "*Tazama nasimama mlangoni na kubisha hodi, mtu akiisikia sauti yangu nitaingia kwake* (Ufunuo 3:20).

Je uko tayari kumwendea Mungu kwa toba?

Inawezekana ungependa kufanya hivyo lakini unaogopa au unaona aibu. Inawezekana unazo sababu za msingi kufanya hivyo. Pengine wewe ni mtu mkubwa, maarufu, tajiri na au mwenye familia bora kabisa ya kuigwa, hivyo unaona kitendo cha kumwendea Mungu kwa toba kitakupunguzia hadhi, au kuwafanya watu wakudharau. Lakini kumbuka yule mfanya biashara alikuwa hivyo, na pengine bora kukushinda wewe. Lakini alichagua kumwendea Mungu kwa toba ili roho yake isalimike. Sasa ni wakati wako, chagua lililo jema ili usalimike. Chagua toba.

SAMEHE WALIOKUKOSEA

Kusamehe si jambo rahisi hata kidogo. Watu wengi waliotendewa mambo mabaya, hujaribu kusamehe pasipo mafanikio. Mara nyingi ugumu wa kusamehe huwa mkubwa zaidi kama kosa lililotendeka ni baya kupita kiwango cha kawaida (kutegemea mtazamo wa muhusika), haliwezi kurekebishika, na au haliwezi kulipiwa fidia kwa namna yoyote ile.

Hebu fikiria, kama mtoto wako, ndugu au jamaa yako wa karibu angekuwa mmojawapo wa wale waliouawa katika tukio la ugaidi lililofanyika ubarozi wa Marekani, pale Kinondoni mwaka 1998, je ungeweza kuwasamehe watu waliofanya mauaji hayo? Au kama ungerudi nyumbani na kumkuta mwenzi wako akifanya uzinzi na rafiki yako, au mtu mwingine unayemfahamu. Je! Ungeweza kumsamehe? Na kama ndugu yako au rafiki yako mpenzi angefanya hila ya kuiba, na au kukudhulumu mali yako yote na kutoweka; Je! Yeye pia ungeweza kumsamehe kabisa?

Katika hali ya kawaida ni watu wachache sana wanaoweza kusamehe kwa dhati, wanapokosewa makosa makubwa, ya kutisha na kusikitisha kama haya. Walio wengi huona haja ya kujibu mashambulizi, na au kulipa kisasi kwa kudhani kufanya hivyo kutawafanya waheshimike, kutawapunguzia maumivu waliyopata, na au kutamkomesha mtu aliyewakosea. Hata hivyo, uchunguzi wa kisayansi na uzoefu wa kawaida unathibitisha kuwa, kutosamehe, kuweka kinyongo, na hamu ya kulipiza kisasi huweza kusababisha matatizo makubwa kuliko chanzo cha tatizo lenyewe. Kwa kweli, huwezi kuwa mtu mwenye furaha na amani kama huna mazoea ya kuwaomba msamaha watu uliowaudhi, na pia kuwasamehe wale waliokukosea.

Zipo sababu nyingi zinazofanya msamaha liwe jambo muhimu kwa binadamu. Sababu ya kwanza ni kuwa Mungu anatutaka tuwe wenye kusamehe ili yeye pia aweze kutusamehe. Akizungumza na mafarisayo na walimu wa sheria Yesu alisema *"Maana mkiwasamehe watu makossa yao, baba yenu wa mbinguni atawasamehe ninyi pia makosa yenu. Lakini msipo wasamehe watu makosa yao, baba yenu wa mbinguni hatawasamehe ninyi makosa yenu"* (Mathayo 6:14). Kwa hiyo kusamehe si jambo la hiari, ni amri ya Mungu mwenyewe. Ili sara zako ziweze kupata kibali mbele za Mungu, na ufanikiwe katika mambo yako, ni lazima uwe mtu wa msamaha.

Mungu pia anatutaka tuwe watu wa kusamehe ili kumpa nafasi yeye kulipiza kisasi kwa niaba yetu. Akiwapa maagizo waisraeli, Mungu alimwambia mtumishi wake Musa: *"Usifanye kisasi wala kuwa na kinyongo juu ya watu wako; bali umpende jirani yako kama nafsi yako; Mimi ndimi BWANA"* (Mambo ya Walawi 19:18). Maneno kama hayo Mungu ameyarudia tena kwetu akizungumza kwa kinywa cha mtume Paulo akisema *"Wapenzi msijilipize kisasi, bali ipisheni ghadhabu ya Mungu; maana imeandikwa, kisasi ni juu yangu mimi; mimi nitalipa anena BWANA. Lakini, adui yako akiwa na njaa, mlishe; akiwa na kiu, mnyweshe; maana ufanyapo hivyo, utampalia makaa ya moto kichwani pake."* (Warumi 12:19).

Pengine utajiuliza, kwa nini Mungu alipize kisasi kwa niaba yako, badala ya kukuruhusu wewe mwenyewe kufanya hivyo? Mungu anataka kufanya hivyo kwa sababu yeye ni mwamuzi wa haki; anajua adhabu sahihi anayopaswa kupewa mkosaji kulingana na makosa yake, tena ni mkamilifu hivyo hawezi kufanya upendeleo, wala kumuonea mtu yeyote. Yeye anatuaambia kwa kinywa cha nabii Isaya akisema *"Maana mimi BWANA, naipenda hukumu ya haki, nauchukia wivi na uovu; nami nitawalipa malipo katika kweli, nitaagana nao agano la milele"* (Isaya

61:8). Kwa ahadi hizi unapaswa kumuamini kwa kumpa nafasi akulipie. Unapoamua kulipa kisasi, unamkosea kwa kupora nafasi yake tukufu ya kuwa muamuzi.

Pengine utajiuliza mbona Biblia inasema *"Uhai kwa uhai, jicho kwa jicho, na jino kwa jino"*? (Kutoka 21:23). Je! Maneno haya si yanaruhusu mtu kulipiza kisasi kwa jambo alilotendewa? Ni kweli kuwa nyakati za Agano la Kale Mungu aliwaruhusu watu kulipiza kisasi kwa kufuata taratibu na sheria alizoziweka ili kupunguza maovu. Si hivyo tu, katika kipindi hicho Mungu pia alikuwa ameidhinisha hukumu, na adhabu kali kwa wale waliobainika kuvunja sheria yake (Kutoka 20, 21,22). Hata hivyo utaratibu huu ulikuwa mgumu na wengi walishindwa kuufuata.

Kwa neema yake, Mungu aliamua kumtuma Yesu Kristo, ili aweze kutupatia ukombozi kwa neema tu, na kuifuta ile hati ya mashitaka, na adhabu ilizokuwa ikiambatana nazo (Waebrania 8:6 – 13). Ni kwa msingi huu Yesu aliwaambia wayahudi: *"Wapendeni adui zenu, watendeeni mema wale wanaowachukia ninyi, wabarikini wale wanao walaani, na kuwaombea wale wanaowaonea ninyi. Akupigae shavu moja, mgeuzie la pili, naye akunyang'anyae joho yako usimzuilie na kanzu* (Luka 6:27). Kwa kuwa Mungu mwenyewe, kwa mapenzi yake aliamua kuondoa sheria ya kisasi na kutupa neema, tunapaswa kumtii na kuiishi neema aliyotupa.

Kusamehe, pia kunatuwezesha kupunguza msongo wa mawazo, unaotokana na kinyongo, au fundo linalomsumbua aliyekosewa. Wataalam wa mambo ya saikolojia wanathibitisha kuwa mtu anayeweka kinyongo moyoni mwake, kushindwa kusamehe, au kuachilia mambo yanayomsumbua yatoke ndani yake, huwa katika hatari kubwa zaidi ya kukabiliwa na magonjwa ya saratani, shinikizo la damu, vidonda vya tumbo, kukosa hamu ya kula na kadhalika.

Kwa lugha nyepesi, ni kwamba, unaposhindwa kusamehe, unakuwa kama umebeba mzigo mzito kichwani, au mgongoni mwako. Mzigo huo hata kama ni mwepesi utaendelea kuwa mzito zaidi na zaidi kutegemea umbali wa safari, na au muda atakaokuwa umeubeba. Kadri utakavyoendelea kuubeba kwa muda mrefu, ndivyo mzigo huo utakavyozidi kuwa mzito, kukuchosha zaidi, na hata kuweza kukupa madhara ya muda mrefu zaidi. Ni kwa sababu hii mtume Paulo aliwaambia waefeso *"Muwe na hasira, ila msitende dhambi; jua lisichwe na uchungu wenu bado haujawatoka"* (Waefeso 4:26).

Mtume Paulo alisema maneno haya, kwa kutambua jinsi mara nyingine tunavyokumbwa na mambo mabaya, au ya kuudhi, yanayotupandisha hasira pasipo kupenda. Hata hivyo kuwa na hasira si dhambi, ni mojawapo ya mambo yanayoonesha uko timamu ki mwili na kiakili. Si ajabu kwamba hata Mungu mwenyewe ana hasira na watenda maovu (Kumbukumbu la torati 29: 27 – 28). Lakini, tunapaswa kuidhibiti hasira yetu, kama Mungu anavyoidhibiti hasira yake, kiasi cha kutuhakikishia kuwa yeye si mwepesi wa hasira (Zaburi 145: 8). Ili kufanikisha hilo, tunapaswa kutanguliza upendo katika kila jambo, kuwa na kiasi, na kujidhibiti ili hasira yetu isitupelekee kutenda dhambi, kujitia katika matatizo, na au kuathiri afya zetu.

Sababu nyingine inayofanya msamaha kuwa jambo muhimu, ni amani na maelewano yanayoweza kuletwa na msamaha wenyewe. Jambo hili tunaweza kujifunza kwa kuangalia maisha ya aliyekuwa rais wa Afrika ya kusini huru, mzee Nelson Mandela. Mtu huyu, alipochaguliwa kuwa rais, baada ya kukaa gerezani kwa miaka 27, watu wengi walitegemea angewatendea vibaya wazungu wachache waliokuwa watawala kabla yake. Ukifikiria haraka haraka utaona kuwa Mandela alikuwa na kila sababu ya kuwalipizia kisasi wazungu hao. Walimtesa kwa kumuweka gerezani miaka mingi, jambo lililosababisha familia yake kusambaratika. Akiwa gerezani walimfanyisha kazi ngumu, na kumtesa kinyama wakijua hana uwezo wa kuwafanya lolote, au kwenda popote.

Nelson Mandera alipochaguliwa kuwa rais, baadhi ya wazungu wabaguzi walianza kuikimbia Afrika ya kusini kwa hofu ya kuteswa na au kuuawa.. Lakini, katika hali isiyotegemewa, rais Mandela aliwasamehe wote, na akawaomba wakubali kufanya naye kazi ya kuondoa ubaguzi,

Nimekukimbilia Wewe, Bwana, Nisiaibike milele. Kwa haki yako uniponye, uniopoe, Unitegee sikio lako, uniokoe. Uwe kwangu mwamba wa makazi yangu, Nitakakokwenda sikuzote. Umeamuru niokolewe, Ndiwe genge langu na ngome yangu. Ee Mungu wangu, uniopoe mkononi mwa mkorofi, Katika mkono wake mwovu, mdhalimu, Maana ndiwe taraja langu, Ee Bwana MUNGU, Tumaini langu tokea ujana wangu. Nimekutegemea Wewe tangu kuzaliwa, Ndiwe uliyenitoa tumboni mwa mama yangu, Ninakusifu Wewe daima. Nimekuwa kitu cha ajabu kwa watu wengi, Na Wewe ndiwe kimbilio langu la nguvu. Kinywa changu kitajazwa sifa zako, Na heshima yako mchana kutwa.

(ZABURI 71:1 – 8)

na kuijenga Afrika ya kusini mpya. Uamuzi huo licha ya kuzuia vita, na kuleta amani katika Afrika ya kusini mpya, pia ulimpa heshima kubwa kiasi cha kutangazwa kuwa shujaa wa Afrika.

Ni dhahiri kuwa mzee Mandela alijifunza na kuzingatia ushauri wa mtume Paulo aliowapa waefeso akisema " *Uchungu wote na ghadhabu na hasira na kelele na matukano yaondoke kwenu, pamoja na kila namna ya ubaya; tena iweni wafadhili ninyi kwa ninyi, wenye huruma, mkasameheane kama na Mungu katika Kristo alivyowasamehe ninyi"* (Waefeso 4:31).

Wewe pia unapaswa kufuata ushauri wa mtume Paulo, na kielelezo cha mzee Mandela ili uweze kuiishi amani aliyokurithisha Yesu Kristo. Mambo yafuatayo yanaweza kukusaidia kufanya hivyo:

(a) Jifunze kuutambua, na kuuvumilia uchungu wa hasira ya kuumizwa, bila kuruhusu uchungu huo ukutawale na au kukuvuruga.

(b) Yatafakari mambo uliyofanya, au kushiriki ambayo yanaweza kuwa chanzo au sababu ya jambo linalokuumiza, na chukua hatua madhubuti za kuyadhibiti mambo hayo.

(c) Epuka kusikiliza maneno au ushauri unaokupandisha hasira au kukuongezea maumivu.

(d) Jiulize kama wewe ndiye ungekuwa mtu aliyekukosea ungejisikiaje, na ungependa utendewe nini.

(e) Kumbuka Yesu Kristo alikufa msalabani ili wewe na mtu aliyekukosea mpate kupokea msamaha

(f) Samehe na kusahau.

Ukimsamehe mtu, aliyekukosea unayo hiari ya kumwambia, au kutomwambia kwamba umemsamehe kutegemea mahusiano yenu yalivyo. Kama mtu huyo alionesha kutambua kosa lake, na au kuomba msamaha, mjulishe kwamba umemsamehe, ili naye aweze kupata amani. Lakini kama mtu mwenyewe ni mkorofi, au hataki kukubali kosa lake, usianzishe malumbano naye. Muoneshe kwa vitendo kwamba umemsamehe, huna kinyongo naye tena, na uko tayari kuanza upya kujenga mahusiano mema naye.

Hata hivyo, kabla ya kurudisha mahusiano na mtu huyo, ni vema uwe na hakika kuwa mwenendo wake umebadilika kweli, ameacha tabia zake mbaya, na hatakutia katika matatizo ya awali. Ieleweke kwamba, kitendo cha kusamehe, hakikufungi au kukulazimisha kushirikiana na mtu huyo katika mambo yaliyofanya mgombane, au kutoelewana. Kama mlikuwa marafiki wa karibu, na mtu huyo akakusaliti, unaweza kumsamehe kwa dhati, bila kurudisha urafiki naye. Hii itakusaidia kuepuka kuvunjwa moyo kila siku, na hasa kama rafiki mwenyewe ana roho ya nyoka.

AMINI MUNGU ANAWEZA YOTE

Mwenyezi Mungu ndiye aliyetuumba, na kutupa uwezo wa kutawala vitu vyote vilivyopo duniani, kwa kadri ya wema, rehema na fadhiri zake. Yeye ndiye aliyeziumba mbingu, nchi, bahari, ndege, wanyama, samaki na vitu vingine vyote vinavyoonekana na visivyoonekana. Kwa hiyo kila kitu kiko chini ya mamlaka yake, naye humpa amtakaye. Kwa upendo hutuangazia jua, hutunyeshea mvua bure, na kutukinga na majanga ambayo sisi wenyewe hatuwezi kuyazuia. Kwa sababu hiyo unapaswa kuwa na imani kwamba mambo yote yanayokusumbua au kukushinda, yeye anaweza kuyafanya kwa usahihi.

Mungu anazungumza nasi kwa kinywa cha nabii Yeremia akisema *"Tazama, mimi ni Bwana, Mungu wa wote wenye mwili; Je! Kuna neno gumu lolote nisiloliweza?* (Yeremia 32:27). Maneno haya yanapasa kutupa uhakika kwamba hakuna lolote linalomshinda; na kwa uhakika huo tuelekeze matumaini yetu kwake tu. Tunaweza pia kuthibitisha maneno hayo kwa kufuatilia matukio mbalimbali yaliyoandikwa katika Biblia, na yale tunayoyashuhudia katika maisha yetu.

Alipokuwa hapa duniani, Yesu aliponya wagonjwa, alitakasa wenye ukoma (Mathayo 8:16), na kulisha watu zaidi ya elfu tano kwa mikate mitano na samaki wawili tu. Yesu pia aliweza kumfufua rafiki yake Lazaro aliyekuwa amekufa na kukaa kaburini kwa muda wa siku nne (Yohana 11: 1 – 44).

TUFANI INAPOVUMA – UWE NA AMANI

Kwa kufanya hivyo Yesu alidhihirisha nguvu ya kipekee aliyonayo Mungu tu. Nguvu isiyofanana na sayansi za kidunia, na au asili nyingine za kibinadamu.

Pamoja na kuponya magonjwa ya kimwili, Yesu pia alishughulika na uponyaji wa magonjwa ya kiakili na kiroho. Alitoa pepo, na kutangaza msamaha wa dhambi kwa wale waliokuwa wamefungwa na pingu za ibilisi, nao wakapokea uponyaji mkamilifu. Hata sasa Yesu anaendelea kutangaza msamaha wa dhambi kwa watu wote, na kuita akisema *"Njooni kwangu ninyi nyote msumbukao na wenye kulemewa na mizigo nami nitawapumzisha"* (Mathayo 11:28). Yeye anatamani kila mtu amrudie kwa imani ili aweze kupokea neema ya uponyaji kadri ya haja na mahitaji yake.

Inawezekana wewe pia unakabiliwa na matatizo ya aina mbalimbali unayodhani hayawezi kutatulika kwa urahisi, au unakabiliwa na ugonjwa unaokusumbua kwa muda mrefu kiasi cha kukata tamaa. Pengine unakabiliwa na hali ngumu ya maisha kutokana na ukosefu wa ajira, ajali, matatizo ya kifamilia, au mambo mengine ya kusumbua na kukatisha tamaa; huenda umepoteza mtoto, mwenzi wa ndoa, ndugu wa karibu au rafiki mpenzi, au umefikwa na jambo lingine lolote lisilopendeza. Amini sasa, kuwa Mungu anaweza kufariji, kuponya, kubariki, kuokoa, na kubadilisha hali uliyonayo kutoka kwenye huzuni kwenda kwenye furaha.

Tunaweza kuwa na hakika na mambo haya, kwa sababu, Mungu wetu hapendi mwenye haki ateseke, Yeye anaahidi akisema *"Nami nitawarudishia hiyo miaka iliyoliwa na nzige, na parare, na madumadu, na tununu, jeshi langu kubwa nililotuma kati yenu. Nanyi mtakula chakula tele na kushiba, na kulihimidi jina la BWANA, Mungu wenu aliyewatendea mambo ya ajabu; na watu wangu hawatatahayari kamwe"* (Yoeli 2:25). Kumbe licha ya kuweza kuponya na kuondoa tatizo linalokusumbua wakati huu, Mungu pia anao uwezo wa kukulipa fidia kwa hasara uliyopata katika kipindi ulichokuwa ukipita katika majaribu. Hivi ndivyo alivyofanya kwa mtumishi wake Ayubu, aliyesimama katika imani licha
ya kupoteza watoto na mali zake zote. Biblia inatuambia kuwa

baada ya miaka saba ya mateso, Mungu alimpa Ayubu utajiri mara mbili ya ule aliokuwa nao mwanzo, na akambariki kwa watoto wengine kumi (Ayubu 42:10).

Mambo haya, pamoja na mengine mengi yanayooendelea kutendeka kila siku yanadhihirisha nguvu na uweza wa Mungu katika maisha yetu. Nguvu ambazo tunapozikiri na kuzitumainia, huweza kubadilisha namna yetu ya kufikiri, kupokea mambo yanayotukabili, na kufanya maamuzi. Katika hayo ndipo tunapopata ujasiri wa kurudia maneno aliyosema Ayubu miaka mingi iliyopita: *"Bwana, najua yakuwa waweza kufanya mambo yote, na ya kuwa makusudi yako hayawezi kuzuilika"* (Ayubu 42:2).

TAMBUA KUSUDI LA MUNGU KWAKO

Kila mmoja wetu analo kusudi, ambalo Mungu ameweka ndani yake. Kusudi hilo mara nyingi huambatana na karama mbalimbali, zinazokutia nguvu ya kufanya mambo fulani, kutamani kuwa mtu wa aina fulani, kupenda sanaa au michezo ya aina fulani, na hata kuvutiwa na watu wenye sifa fulani. Si ajabu ukaona watoto wa familia moja wakatamani kufanya kazi za aina tofauti; huyu akitaka kuwa mwalimu, yule kuwa muuguzi, na mwingine akitamani kuwa mwanasiasa. Mungu alituumba hivi ili tuishi kwa kushirikiana na kutegemeana kama mwili mmoja.

Mtume Paulo akiongozwa na roho wa Mungu aliwaandikia Wakorintho kuwaambia *"Basi pana tofauti ya karama; bali Roho ni yeye yule. Tena pana tofauti za huduma, na BWANA ni yeye yule. Kisha pana tofauti ya kutenda kazi, bali Mungu ni yeye yule azitendaye kazi zote katika wote...Takeni sana karama zilizo kuu. Hata hivyo nawaonyesha njia iliyo bora* (1 Wakorintho 12: 4 – 31). Mtume Paulo alitambua umuhimu wa mtu kutambua karama aliyopewa na kuitumia ipasavyo kwa faida yake, kusanyiko la watu wa Mungu, na dunia nzima.

Ni muhimu sana kutambua kusudi la Mungu kwako, na karama alizokupa. Yamkini pasipo kutambua karama ulizonazo, utakuwa kama mtoto mdogo, anayeokota kila anachokiona na kutia mdomoni, bila kujua kama kitu hicho kinafaa kuliwa, ni kichafu, au ni sumu inayoweza kumuua. Jitathimini wewe mwenyewe, chunguza vipaji, elimu, na uwezo ulionao katika mambo mbalimbali ambayo ukiyafanya unapata furaha, na yale unayolazimika kuyafanya kwa sababu unataka pesa tu (lakini huyapendi). Wekeza zaidi katika mambo yanayokupa furaha na amani ya rohoni hata kama mambo hayo hayaingizi pesa nyingi kwa wakati huo. Kumbuka pesa ni muhimu, lakini hakuna kitu kinachozidi thamani ya furaha na amani ya roho yako.

Kama una ndoto za kuwa muuguzi, ni muhimu uziweke ndoto hizo katika mizani ili kujua kama unataka kufanya hivyo kwa nia ya kuwasaidia wagonjwa na watu wengine wenye matatizo ya kiafya, au unavutwa na mshahara mkubwa wanaopewa wauguzi wa sehemu ulipo. Ingawa si vibaya kuvutwa na kiwango cha mshara wanaolipwa watu wa medani fulani, ni vema kutambua kuwa kazi nyingine zinahitaji kujitoa zaidi kuliko mshahara.

Yesu Kristo aliwahi kuonya kuhusu watu wa aina hii akisema *"Mtu wa mshahara, wala si mchungaji, ambaye kondoo si mali yake. Humwona mbwa-mwitu anakuja, akawaacha kondoo na kukimbia; na mbwa mwitu huwakamata na kuwatawanya"* (Yohana 10:12). Ni vema basi uwe na mapenzi ya hakika na vipaji au shughuli unazojikita kuzifanya. Pasipo kuzingatia hili, unaweza kujikuta ukilalamika, kulaumu wengine, na kupata uchungu kila unapokwenda kazini, au unapotakiwa kutimiza wajibu uliouchagua wewe mwenyewe.

Usisahau pia kubeba wajibu wa kulitangaza neno la Mungu, na kuwashuhudia wengine mambo makuu Mungu aliyokutendea. Bila shaka wakati fulani umepitia katika mambo magumu au majaribu ambayo hukudhani kama ungeyashinda; Pengine ni kifo cha mpendwa wako, ugonjwa wa muda mrefu, kupoteza kazi, kuvamiwa na majambazi, kupata hasara katika biashara na kadharika. Lakini kwa nguvu za mwenyezi Mungu uliweza kupona, kuibuka mshindi na au kufanikiwa kwa namna ambayo wewe mwenyewe huwezi kutambua. Mambo kama haya ni ushuhuda wenye nguvu, yanaonesha nguvu na uweza wa Mungu, na kuthibitisha, kuwa yeye hashindwi na kitu. Ni vema kuyatafakari kila wakati ili yaweze kukutia nguvu na hamasa katika kila hali.

Pamoja na hayo, ni vema kuwashuhudia wengine mambo hayo ili wao pia waweze kufarijika, kutiwa moyo, na au kupata maonyo kupitia kwako. Jambo unaloliona wewe kuwa muujiza wa kawaida, linaweza kubadilisha maisha ya mtu mwingine, kumuokoa katika kifo, na hata kumfungulia mlango wa uzima wa milele. Ni kwa sababu hii Yesu alitupa wajibu wa kuwafanya watu wote kuwa wanafunzi wake (Mathayo 28:19). Jitwike wajibu wa kulitangaza neno la Mungu, nawe utaona, jinsi amani ya rohoni itakavyo bubujika moyoni mwako.

KUWA NA MOYO WA SHUKRANI

Shukrani ni hali au kitendo cha kutambua, na kuonesha furaha, msisimko, au hisia chanya kutokana na zawadi au kitendo chema kilichofanyika. Mtu anaweza kuonesha shukrani kwa kutamka maneno hususan ahsante, nashukuru, Mungu akubariki, na kadharika; na au kwa kufanya kitendo kingine chochote kinachoonesha kupokea fadhiri, na au kupendezwa kwa jambo lililofanyika. Moyo wa shukrani huonesha unyenyekevu, huongeza ukaribu, hudumisha uhusiano mwema, na kuvuta marafiki wengi zaidi. Kinyume chake, mtu asiye na shukrani hufukuza marafiki, hujitengenezea maadui, na kuzuia baraka zilizokuwa zikimuelekea. Yamkini mtu asiyekuwa na shukrani hawezi kuwa na amani.

Kwa kutambua umuhimu wa shukrani, mtume Paulo aliwaandikia wakolosai kuwaambia *"Zaidi ya hayo yote jivikeni upendo, ndio kifungo cha ukamilifu. Na amani ya Kristo iamue mioyoni mwenu; ndiyo mliyoitiwa katika mwili mmoja; tena iweni watu wa shukrani* (Wakolosai 3:14-15). Bila shaka mtume Paulo alitumia maneno hayo matatu, **upendo**, **amani**, na **shukrani** kusisitiza tabia wanayopaswa kuwa nayo mitume kwa sababu pasipo hayo hakuna uhusiano wa kweli unaoweza kudumu. Kwa sababu hiyo unapaswa kumshukuru Mungu kwa mambo

SHUKURU KWA KILA JAMBO

Ukiwa na nywele nyingi kichwani kwako, mshukuru Mungu; Maana wapo wanaotamani kuwa nazo lakini hawakujaliwa.
Na kama wewe ni kipara (huna nywele kabisa), pia mshukuru Mungu; Kwa maana ile kazi ya kuchana, kusuka, na au kunyoa Mungu amekupunguzia. Unachotakiwa kufanya ni kupaka mafuta tu, kazi ambayo hata mwenye nywele huifanya.
Na kama ukianguka toka juu ya mti, mshukuru Mungu. Kwa maana hata kama umeumia, ile kazi ya kuteremka imekwisha!
(Mwana-dikala)

makubwa na madogo anayokutendea kila siku

Unapomshukuru Mungu unaonesha kujali, na kutambua uwezo wake katika maisha yako; na kwa kufanya hivyo unakaribisha baraka zaidi. Ni vema kumshukuru Mungu kwa mambo yanayokupendeza, na yasiyokupendeza, kwa sababu hujui sababu iliyomfanya Mungu aruhusu mambo hayo yatendeke. Ni kwa sababu hii mtume Paulo aliagiza akisema *"Shukuruni kwa kila jambo, maana hayo ni mapenzi ya Mungu"* (Wathesalonike 5:18). Mtume Paulo alisema hivyo kwa sababu alikuwa amejifunza kuwa, mawazo ya Mungu si sawasawa na mawazo yetu, na tena Mungu ana makusudi katika kila jambo.

Ipo simulizi ya msichana mmoja aliyekuwa ameposwa na mwanajeshi mwenye cheo cha sajenti. Binti huyo alijitahidi sana kuishi maisha ya uadilifu ili kumridhisha mchumba wake aliyekuwa akimfuatilia, na kumkosoa katika mambo mengi. Baada ya miezi mingi ya uchumba, hatimaye mipango ya arusi ilifanywa na ndoa kutangazwa. Hata hivyo, siku mbili kabla ya ndoa, bwana arusi huyo akatangaza kuvunja uchumba, kwa sababu zisizoeleweka. Jambo hilo lilimdharilisha msichana huyo. Kutokana na mila za kabila lao, bibi arusi huyo alionekana kuwa na nuksi, asiyefaa kuolewa tena

Mambo yalibadilika miezi mitatu baadae, baada ya msichana huyo kukutana na Brigedia Jenerali aliyekuwa amehamia katika kikosi cha jeshi kilichopo mahali pale. Brigedia huyo baada ya kusikia taarifa ya mambo yaliyomkuta binti huyo alimuonea huruma na kuamua kumuoa. Muda mfupi baadae arusi kubwa ilifanyika katika kanisa lilelile lililokuwa ifungwe ile ndoa ya kwanza. Baadala ya kuwa mke wa sajenti, msichana huyo akawa mke wa Brigedia Jenerali.

Kwa cheo hicho, mchumba wake wa kwanza (aliyemuacha) akajikuta akilazimika kupiga saluti kila gari ya Brigedia inapopita mbele yake (mkewe akiwa ndani yake), na mara nyingine akitakiwa kumsaidia mama huyo kubeba mifuko ya mboga, na vitu vingine. Kumbe Mungu alikuwa ameuona uaminifu wa binti huyo na kuamua kumpa mume wa hadhi yake, atakayempenda na kumuheshimu kuliko yule

TUFANI INAPOVUMA – UWE NA AMANI

aliyekuwa akimsumbua.

Katika tukio linguine lililotokea mwaka 1996, kijana itwae Simon alinusulika kufa maji baada ya kuzuiliwa kupanda meli ya MV Bukoba. Simon pamoja na rafiki zake waliwabembeleza askari, na hata kujaribu kuwahonga ili wawaruhusu kupanda meli hiyo, lakini polisi walikataa kwa sababu meli ilikuwa imejaa kupita kiasi. Kutokana na umuhimu wa safari yao, Simon na wenzake walikodi taksi na kuwahi katika bandari nyingine iitwayo Kemondo bay, ili wakapandie hapo. Meli ilipofika, askari wa hapo pia waliwazuia kupanda kwa sababu zilezile. Kwa majonzi, Simon na wenzake wakaahirisha safari, na kurudi nyumbani. Masaa machache baadae meli hiyo ilipinduka na kuzama katika ziwa Victoria ambapo watu zaidi ya elfu moja walikufa maji.

Kumbe Mungu anayeona sirini, alijua kuwa meli ile inakwenda kuzama. Kwa sababu hakutaka Simon na wenzake wafikwe na mauti siku ile, alihakikisha hawaingii ndani ya chombo hicho kwa namna yoyote ile. Kwa kutojua mambo yaliyokuwa yakiendelea katika ulimwengu wa roho, Simon na wenzake walilalamika kwa kufikiri Mungu ameshindwa kuwasaidia. Lakini waliposikia yaliyotokea, waliimba na kumtukuza Mungu kwa upendo, rehema na fadhiri zake kwao. Tangu wakati huo, Simon amejifunza kutolalamika, kutolazimisha mambo, na kumshukuru Mungu kwa kila jambo. Wewe pia una kila sababu ya kumshukuru Mungu kwa kila linalokupata. Yeye ni Mungu mweza yote, upendo wake ni mkuu, ni mwingi wa rehema, na anatuwazia mema siku zote.

Mfalme Daudi, alijifunza umuhimu wa kumshukuru Mungu kwa ajili ya wema na fadhiri zake, na akamwimbia Mungu akisema *"Mshukuruni BWANA kwa kuwa ni mwema; kwa maana fadhiri zake ni za milele. Mshukuruni Mungu wa miungu; kwa maana fadhiri zake ni za milele. Mshukuruni BWANA wa mabwana, kwa maana fadhiri zake ni za milele"* (Zaburi 136:1-3). Kumbe wema, fadhiri na rehema za Mungu pekee, ni mambo tosha yanayopasa kukufanya umshukuru Mungu kila wakati. Onesha shukrani kwa Mungu, kwa kumuabudu na.

Nami nitawarudishia hiyo miaka iliyoliwa na nzige, na parare, na madumadu, na tunutu, jeshi langu kubwa nililotuma kati yenu. Nanyi mtakula chakula tele na kushiba, na kulihimidi jina la BWANA, Mungu wenu, aliyewatendea mambo ya ajabu; na watu wangu hawatatahayari kamwe.

(YOELI 2:25)

kumtukuza, kwa tenzi za rohoni, nyimbo za sifa, na kwa kushiriki kutangaza habari za matendo yake makuu na ya ajabu. Ki msingi kila siku unayoishi ni muujiza mkubwa na unapaswa kushukuru kwa huo.

Miaka mingi iliyopita nilipata kusoma Hekaya za Abunuwas, mtu mwelevu aliyejinufaisha kwa gharama ya ujinga wa watu wengine. Katika moja ya visa vyake, kitabu hicho kinaeleza kuwa Abunuwas alikuwa amekwama, hana fedha ya kununulia mahitaji yake, na hakuwa na mtu yeyote wa kwenda kumkopa. Kwa sababu hiyo akaamua kupeleka maombi yake kwa Mungu. Akatoka nje ya nyumba yake na kutembea mitaani huku akipaza sauti "Kama Mungu ukinipa reale mia tisa tisini na tisa, kasolo moja kuwa elfu, hakika sitazipokea mpaka zitimie kuwa elfu kamili" Maneno hayo yalifanya watu wengi wamcheke na kumuona hana akili. Nani anayeweza kukataa $999 kwa sababu eti $1 imepungua? Lakini Abunuwas kwa kujua lengo lake aliendelea kutembea mitaani akitangaza msimamo wake.

Hatimaye tajiri mmoja aliamua kumjaribu Abunuwas, akachukua mfuko, akaujaza reale mia tisa tisini na tisa, kasoro moja kuwa elfu, na kuuweka mlangoni mwa nyumba ya Abunuwas, kisha yeye na wenzake wakajificha ili kuona 'reaction' ya Abunuwas akiziona fedha hizo. Abunuwas aliporudi nyumbani na kuukuta mfuko ule alifurahi mno. Akapaza sauti kumshukuru Mungu kwa kujibu maombi yake.

Mara yule tajiri na watu wengine wakajitokeza, na kumwambia Abunuwas ahesabu fedha zilizokuwemo. Alipofanya hivyo akakuta ni reale mia tisa tisini na tisa, kasolo moja kuwa elfu. Yule tajiri akamwambua Abunuwas, "Nirudishie fedha zangu, maana uliapa kama Mungu akikupa reale mia tisa tisini na tisa kasoro moja kuwa elfu, hutazipokea mpaka zitimie elfu kamili" Abunuwas aliyekuwa akisherehekea utajiri wa ghafla alicheka kwa furaha. Akasema "Mungu ni mwema, na amesikia maombi yangu; kama ameweza kunipa hizi reale mia tisa tisini na tisa, kasoro moja kuwa elfu, bila shaka hatashindwa kunipa hiyo reale moja iliyobaki. Kwa hiyo, leo na mimi NAMKOPESHA Mungu nikijua atanilipa siku yoyote" Yaliyofuata baada ya hapo ni vituko ambavyo sioni umuhimu wa kuvisimulia.

Pengine unaweza kuona kisa hiki ni cha kijinga, au cha kitoto. Ni kweli, kwa maana hii ni hadithi ya kitoto. Lakini hebu jiulize, ni mara ngapi katika maisha yako umeweza kuwa na ujasili wa kufikiria kumkopesha Mungu? Ni mara ngapi Mungu amekuwa akijibu maombi yako, kwa kukupa kitu ulichokuwa ukiomba, lakini badala ya kuridhika na ulichopewa, ukalalamika kwakuwa hakikufikia kiwango au lengo ulilokuwa ukilitarajia? Pengine ulikuwa ukiomba Mungu akupe mtoto, lakini ulipompata furaha yako haikuwa timilifu kwa kuwa mtoto uliyempata ni wa kike wakati wewe ulipenda upate mtoto wa kiume (Au kinyume chake).

Si hivyo tu, kumbuka pia ni mara ngapi umeshindwa kumshukuru Mungu kwa uzima na afya njema uliyonayo, na badala yake ukabaki kulalamika kwa hali ngumu ya maisha, kushindwa usahili (interview) ya kazi, kukosa makaratasi (ugenini), na au kuyumba kwa ndoa yako? Tena ukisahau kabisa kuwa uzima ni sawa na $999 na vitu vingine vyote ni kama $1 tu? Naam, "Maisha ni zaidi ya chakula na mwili ni bora kuliko mavazi" (Mathayo 6:25).

Kumbe tunapaswa kumshukuru Mungu kwa kila jambo, tukiwa na hakika kuwa Mungu wetu ni mwingi wa rehema, anatupenda na kutuwazia mema siku zote. Ni kwa sababu hii mtume Paulo anatukumbusha akisema *"Shukuruni kwa kila jambo, kwa maana hayo ni mapenzi ya Mungu katika kristo Yesu"* (1 Wathesalonike 5:18). Tunapaswa kushukuru kwa mambo makubwa na madogo, hata kama tunadhani tumepungukiwa.

Pamoja na kumshukuru Mungu, tunapaswa pia kuwashukuru wazazi wetu, ndugu, jamaa, marafiki na watu wengine waliotusaidia kufika mahali tulipo. Itakuwa ni unafiki mkubwa kumshukuru Mungu kwa kazi uliyoipata, kama huwezi kuwashukuru wazazi waliokusomesha, na au watu wengine waliokusaidia kuipata kazi hiyo. Naam, utamshukuruje Mungu usiyemuona kama huwezi kuwashukuru wazazi wako waliokuzaa na kukulea, au watu wengine wanaokuzunguka?

Shukuru kwa mambo makubwa, na madogo ambayo mtu wa kawaida hatazamii kupewa shukrani. Unapofanya hivyo unamfanya mtu aliyekufadhili ajisikie furaha, na kutamani kukufanyia mambo makubwa zaidi, kwa sababu umeonesha unastahili kupokea. Usipojifunza kushukuru kwa mambo madogo huwezi kushukuru kwa makubwa. Waswahili husema, "Asiyeshukuru kwa kibaba, hata ukimpa gunia hawezi kushukuru." Kumbe basi hatupaswi kutoa shukrani kwa sababu ya thamani ya kitu tulichopokea, bali kwa sababu ya moyo wa kutoa ulioonyeshwa na mfadhili. Moyo wa shukrani hujaa furaha na amani bali moyo wa fukuto huwa haunoni (hauna amani).

TAMBUA MAJIRA NA WAKATI WA BWANA

Kutambua majira na wakati wa Bwana ni jambo muhimu sana katika maisha. mtu huwezi kuwa na imani, wala kuishi kwa matumaini kama hutambui uwepo wa majira na wakati wa Bwana. Mara nyingine unaweza usione umuhimu wa majira na nyakati, lakini Mungu anathamini mno vitu hivyo, kiasi kwamba aliona vema viwepo kabla hata hajawaumba Adam na Hawa. Ingawa si rahisi kujua kwanini alichukua uamuzi huo, tunaweza kuamini kuwa alifanya hivyo ili kina Adam wavitumie mara tu baada ya kuumbwa.

Akiwa katika uumbaji wa vitu hivi, Mungu alisema *"Na iwe mianga katika anga la mbingu ili itenge kati ya mchana na usiku; nayo iwe ndiyo dalili na majira na siku na miaka"* (Mwanzo 1:14). Hii ina maana kuwa, kama Mungu asingeumba majira na wakati, isingewezekana kuona tofauti ya vipindi vya mwaka (kipupwe, kiangazi, kifuku, na masika); wala kutambua tofauti ya muda kati ya tukio moja na lingine. Kwa ujumla ingetuwia vigumu sana kupanga utaratibu wa mambo yetu; na au kuamua kitu gani kianze, kipi kifuate na au kifanyike kwa muda gani.

Kwa sababu ya umuhimu wake, mfalme Sulemani (Mhubiri) alionya akisema *"Kwa kila jambo kuna majira yake, na wakati kwa kila kusudi chini ya mbingu. Wakati wa kuzaliwa, na wakati wa kufa; Wakati wa kupanda, na wakati wa kung'oa yaliyopandwa; Wakati wa kuua na wakati wa kupoza; Wakati wa kubomoa, na wakati wa kujenga; Wakati wa kulia, na wakati wa kucheka; Wakati wa kuomboleza na wakati wa kucheza; Wakati wa kutupa mawe, na wakati wa kukusanya mawe; Wakati wa kukumbatia na wakati wa kutokumbatia; Wakati wa kutafuta, na wakati wa kupoteza; Wakati wa kuweka, na wakati wa kutupa; Wakati wa kurarua, na wakati wa kushona; Wakati wa kunyamaza, na wakati wa kunena; Wakati wa kupenda, na wakati wa kuchukia; Wakati wa vita, na wakati wa amani"* (Mhubiri 3:1-8). Mfalme Sulemani alifunuliwa haya, na kutuandikia sisi, ili tuweze kuishi kwa imani na matumaini tukitambua majira na wakati uliokubaliwa na Mungu.

Lakini ili uweze kutafakari kwa kina jambo hili, ni vema ukumbuke kwamba Mungu hafungwi na majira wala nyakati ingawa yeye ndiye aliyeviumba.. Yeye ni Alfa na Omega, mwanzo na mwisho; Alikuwepo, yupo, na atakayekuja (Ufunuo 1:8). Kwake siku moja ni kama miaka elfu, na miaka elfu ni kama siku moja (2 Petro 3:8); Siku zake hazihesabiki, maana anaishi katika umilele. Kwa sababu hiyo Mungu hushughulika na mambo yetu kwa kuzingatia makusudi aliyoyaweka kwa kila mtu, na kwa wakati unaompendeza. Yeye hana kuwahi, wala kuchelewa; huona miisho kabla ya mianzo, na hakuna jambo asilolijua.

Si ajabu aliamua kuwapa Ibrahim na Sara mtoto (Isack) wakati Ibrahim akiwa na umri wa miaka 100 na Sara akiwa na umri wa miaka 90 (Mwanzo 17); umri unaopingana na kanuni za uzazi za kibinadamu. Alimfufua Lazaro, kaka wa Martha na Mariamu aliyekuwa amekufa na kukaa kaburini kwa muda wa siku nne (Yohana 11), na akamruhusu mtumishi wake Yoshua kusimamisha jua na mwezi kwa siku nzima ili aweze kushinda vita (Joshua 10:12), jambo ambalo ni kinyume kabisa na sayansi ya kidunia.

Kwa hiyo unapopeleka haja zako kwa Mungu, zingatia kwamba Mungu anasikia maombi yako, na anao uwezo wa kutatua tatizo linalotukabili, katika majira, wakati, na namna inayompendeza yeye. Kufanya hivyo kutakusaidia kuwa na amani muda wote hata kama shida inayokusumbua inaendelea. Watu wengi huvunjika moyo baada ya kuomba na kufunga kwa muda mrefu, kwa sababu hutaka Mungu awajibu kwa namna na wakati wanaotaka wao. Jambo hili si jipya kwani liliwahi kuwasumbua hata wacha Mungu wa karne nyingi zilizopita.

Kwa mfano, marafiki wa Ayubu (Elifazi na Mtemani) walikata tamaa, na kuanza kumfikiria mwenzao ametenda dhambi kwa sababu majaribu yake yalichukua muda mrefu (miaka saba) jambo ambalo hawakulitarajia (Ayubu 34). Lakini kwa kuwa Ayubu alitambua majira na wakati wa Mungu aliendelea kumtumaini Mungu. Wewe pia unapaswa kuendelea kusimama katika imani hata kama mambo unayoyapanga hayatimii kwa wakati unaoutaka, au maombi yako hayajibiwi kwa namna unayotamani.

Mtume Yohana anasimulia habari ya mgonjwa mmoja aliyekuwa amekaa katika kisima cha Bethzatha kwa muda wa miaka 38 akisubiri kuponywa ugonjwa wake. Biblia inaeleza kuwa siku mgonjwa huyo alipotembelewa na Yesu hakuweza kumuomba amponye, badala yake alimlalamikia kuwa hana mtu wa kumdumbukiza kisimani wakati maji yanapotibuliwa. Mazoea ya kuona watu wengine wakiponywa kwa kudumbukizwa kisimani maji yanapotibuliwa, na au kwa kutokujua habari za matukio yaliyokuwa yakiendelea kulimfanya mgonjwa huyu kudumaa kiroho na kiakili. Kwa kujua udhaifu aliokuwanao, Yesu alimwambia *"Jitwike godoro lako uende"* (Yohana 5:1-9) naye mara akapokea uponyaji.

Yapo mambo mengi unayoweza kujifunza kutokana na habari ya mgonjwa huyu, hata hivyo kwa sasa jaribu kutafakari mambo mawili tu. Jambo la kwanza ni suala la umuhimu wa wakati (*Timing*) katika ulimwengu war oho. Biblia inaeleza kuwa ili mgonjwa aweze kupokea uponyaji katika kisima cha Bethzatha alikuwa anapaswa kuwa wa kwanza kudumbukia katika kisima mara tu malaika anapoyatibua maji. Jambo hili linatufundisha kuwa makini na wakati, kwani yapo mambo mengi muhimu ambayo huwezi kuyafanikisha katika maisha

VUTA SUBIRA

'Kwa kila jambo kuna majira yake, na wakati wa kila kusudi chini ya mbingu. Wakati wa kuzaliwa, na wakati wa kufa; Wakati wa kupanda, na wakati wa kung'oa yaliyopandwa; Wakati wa kuua na wakati wa kupoza; Wakati wa kubomoa, na wakati wa kujenga; Wakati wa kulia, na wakati wa kucheka; Wakati wa kuomboleza, na wakati wa kucheza; Wakati wa kutupa mawe, na wakati wa kukusanya mawe; Wakati wa kukumbatia, na wakati wa kutokumbatia; Wakati wa kutafuta na wakati wa kupoteza; Wakati wa kuweka na wakati wa kutupa; Wakati wa kurarua, na wakati wa kushona; Wakati wa kunyamaza, na wakati wa kunena; Wakati wa kupenda na wakati wa kuchukia; Wakati wa vita na wakati wa amani

(MHUBIRI 3:1 – 8)

yako, kama huwezi kutambua wakati sahihi wa kuyafanya. Ili ule tunda bivu ni lazima usubiri liive, maana kabla ya hapo litakuwa bichi; lakini pia unapaswa uwahi kulila kwa wakati ili lisioze, nawe ukapata hasara.

Ukitambua majira na wakati unaofaa, utaweza kupambanua yale yanayotakiwa kufanywa leo na kuyafanya, utavuta subira kwa yale yanayopasa kusubiri muda wake ufike, na kuyatupilia mbali au kuyahifadhi yale yaliyopitwa na wakati. Maisha yako yatakuwa ya furaha na amani zaidi, kama utajizoeza kufanya mambo unayotakiwa kufanya, kwa wakati badala ya kusubiri dakika za mwisho. Kumbuka, wakati ni mali, hivyo utumie kwa namna itakayokufanya upate faida duniani na mbinguni pia.

Habari ya mgonjwa huyu, pia inatukumbusha umuhimu wa kumuacha Mungu ashughulikie mambo yetu kwa namna anayoona inafaa. Ukifuatilia habari yake utatambua kuwa mgonjwa huyu alitazamia aponywe kwa kudumbukizwa kisimani maji yanapotibuliwa, lakini Yesu alipomuona, alimponya kwa kumuamuru ajitwike godoro lake na kuondoka. Kwa utii mgonjwa huyo alisimama na kujitwika godoro lake, jambo lililomfanya apokee uponyaji mara moja. Kama angepuuza agizo alilopewa, na kuendelea kulala eti kusubiri adumbukizwe kisimani, pengine mgonjwa huyo asingeponywa ugonjwa wake.

Wewe pia unapopeleka haja zako kwa Mungu jitahidi kufungua akili na roho yako ili uwe tayari kupokea baraka, badala ya kujipangia jinsi unavyotaka upokee muujiza wako. Kama unamuomba Mungu akupe mali, fanya kazi kwa bidii huku ukijitahidi kutunza fedha, kufungua miradi, na kuangalia mianya inayoweza kukusaidia kupata faida nyingi kihalali. Utakuwa unafanya kosa kubwa kama utakaa chini kumuomba Mungu akupe utajiri, wakati hutaki kujishughulisha, na au ukaelekeza nguvu zako kumuomba Mungu akuwezeshe kushinda bahati nasibu ya mamilioni, au kuokota fuko la fedha lililodondoshwa na gari la bank. Kufanya hivyo bila shaka kutakuweka miongoni mwa wale wanaoangamia kwa kukosa maarifa (Hosea 4:6).

USIJITIE KATIKA MASHINDANO YASIYOFAA

Kila mtu anayo tamaa fulani inayomfanya ahitaji kuwa na vitu bora zaidi kuliko mwingine, na au kupata mafanikio zaidi katika maisha. Tamaa ya aina hii si mbaya kwani inaweza kumsaidia mtu kupata maendeleo. Ukimuona mwenzako amelima hekali tano za mahindi, wewe ukaamua kumzidi kwa kulima hekali kumi utakuwa hujafanya kosa, kwani haja yako ni kufanikiwa zaidi. Lakini tabia ya kujilinganisha na wengine kwa misingi ya wivu, husuda na majigambo ni mbaya na inaweza kukutia matatani.

Mtu mwenye mazoea ya kushindana na wengine kwa sababu ya wivu au kijicho, huwa hafanyi hivyo kwa lengo la kusonga mbele kimaisha, bali kwa nia ya kumkomoa au kumshusha thamani mpinzani wake. Mtu huyu hulazimika kuishi maisha ya juu kuliko uwezo wake, na mara nyingi kulazimika hata kuuza utu na uhuru wake ili aonekane yuko juu.

Wapo watu wengi wanaojiingiza kwenye mashindano ya kula kwenye mahoteli maarufu, kuvaa mavazi ya gharama wasiyoimudu, kuchukua wanawake au wanaume maarufu, na kufanya mambo mengine mengi ya kipuuzi, kwa gharama kubwa. Watu hawa hushindwa kutambua kuwa asilimia 99 ya watu wanaojaribu kuwakoga, huwa hawana habari na mambo wanayoyafanya kwa sababu (i) wamebanwa na shughuli zao za maana (ii) hawajui kama wao ndiyo walengwa (iii) hawafuatilii malumbano ya kijinga.

Itafute amani kwa kuwapuuza watu wanaotaka kushindana nawe, na wala usianzishe mashindano yoyote yasiyokusaidia kupata maendeleo. Mtu akitaka kushindana nawe mpuuze, muoneshe huna haja, na wala hujisikii kushindana naye. Kama akiendelea kufanya vituko, mwache aonekane yeye mshindi. Kwa ujumla hakuna hasara yoyote utakayoipata kwa kuepuka kushindana na mjinga. Lakini kama ukiamua kuingia kwenye mtego wa mashindano, jua umechagua mwenyewe kupoteza fedha zako, wakati, na hata kudhofisha mahusiano uliyonayo. Waswahili husema "Cha mlevi huliwa na mgema."

ITAFUTE ELIMU KWA BIDII

Mfalme Suleiman aliwahi kusema *"Mkamate sana elimu, usimuache aende zake; mshike, maana yeye ni uzima wako"* (Methali 4:13). Mfalme huyu alisema haya kwa kutambua umuhimu na thamani ya elimu katika maisha ya kimwili na kiroho. Mtu asiyekuwa na elimu hata kama ana busara nyingi, bado anaweza kukwama kufanya mambo muhimu yanayohitaji mafunzo, au ufahamu wa hali ya juu. Elimu inaweza kukusaidia kupambana na umaskini kwa urahisi zaidi, na pia kumshinda shetani kwa neno la uzima.

Miaka mingi iliyopita nabii Hosea alionya akisema *"Watu wangu wanaangamizwa kwa kukosa maarifa"* (Hosea 4:6). Ukweli huu unadhihirika kila siku kwa kuangalia jinsi watu wanavyosumbuliwa na matatizo mengi na hata kufa kwa sababu ya kukosa maarifa. Kwa mfano, katika nchi nyingi za Afrika na Asia magonjwa ya malaria na kipindupindu (*Chorela*) yamekuwa yakiua mamilioni ya watu kila mwaka wakati magonjwa hayo yanaweza kuzuilika kwa kuteketeza mbu, kunawa mikono kabla ya kula, na kuzingatia usafi wa mwili, nyumba na mazingira tu. Vilevile katika nchi zilizoendelea mamilioni ya watu hufa kwa sababu ya kula kupita kiasi, na au kutumia vitu vinavyojulikana kuwa na madhara kama madawa ya kulevya, sigara na pombe kali. Yamkini ukosefu wa maarifa haujali uko wapi au unaishi nchi gani, lakini unaweza kukufanya uangamie hapa duniani, na pia uukose uzima wa milele.

Yesu Kristo aliwahi kuwaambia wayahudi *"Mkilishika neno langu mtakuwa wanafunzi wangu kweli kweli, nanyi mtaijua kweli, na hiyo kweli itawaweka huru"* (Yohana 8:32), na akamwambia Mungu *"Na uzima wa milele ndiyo huu, wakujue wewe Mungu wa pekee wa kweli, na Yesu Kristo uliyemtuma"* (Yohana 17:3). Kumbe ili uweze kupata uzima wa milele ni muhimu uwe mwanafunzi wa Yesu, na uifuate kwa bidii kweli yake ili ikuwezeshe kujitambua wewe mwenyewe, na pia kumjua Mungu na makusudi yake kwako.

Usijisikie mnyonge kwa sababu huna shahada (*degree*) au

diploma, na au usibweteke kwa sababu ya shahada uliyonayo au unayoisomea, ukadhani ndiyo elimu pekee inayoweza kukufanya ufanikiwe katika maisha.. Wapo watu wengi waliosoma, na kupata shahada mbili na hata tatu, lakini kwa kushindwa kuitumia elimu hiyo kwa namna inayofaa wameendelea kubaki nyuma kifikra na kimaendeleo; wamesoma lakini hawajaelimika. Wapo pia watu wengi ambao hawakufanikiwa kumaliza chuo kikuu lakini kwa kuwa na ujuzi wa namna mbalimbali wamefanikiwa kuboresha maisha yao.

Kumbe elimu si cheti, bali ujuzi na maarifa yanayopasa kuboresha uwezo wako wa kufikiri, kuchambua mambo, kufanya maamuzi sahihi, na kuyatazama majira na nyakati katika upeo wa juu zaidi. Kwa hiyo yapo mambo mengi unayopaswa kujifunza kila siku na kila mahali ili uendane na wakati na mazingira. Kuwa tayari kufikiria nje ya ukuta wa mazoea ili kila unachokisikia, kukiona na kukiishi kiwe chachu ya kubadilisha maisha yako. Itafute elimu kwa bidii na kuitumia vema ili upate mafanikio hapa duniani, na uzima wa milele mbinguni. Kumbuka mafanikio ni matunda ya jitihada na ujuzi sahihi (Yohana 17:3)

JENGA MOYO WA KUJIAMINI NA USHUJAA

Ushujaa ni tabia inayojengeka kutokana na imani unayokuwa nayo wewe mwenyewe juu yako. Ukichagua kuamini kuwa wewe ni mnyonge, mtu asiyeweza lolote au kukubaliwa na watu, utakuwa hivyo. Lakini ukichagua kujiamini, na kupambana kiume na kila dhoruba inayokujia, neema ya Mungu itakuwezesha kushinda vita hivyo.

Mtu mmoja aliwahi kusema, ukiwa pundamilia, swala, au nyati mbugani, ni lazima ujue kutimua mbio ipasavyo, la sivyo utaliwa. Na ukiwa simba, chui au mbwa mwitu, vilevile ni lazima ujue kutimua mbio hasa! Vinginevyo utakufa njaa. Kwa hiyo haijalishi kama wewe ni simba au swala, ili mradi uko mbugani ni lazima ujue kutimua mbio ili uishi.

Wewe pia katika hali yoyote uliyonayo, ni lazima ujue

TUFANI INAPOVUMA – UWE NA AMANI

kupambana kiume ili uweze kufanikiwa. Jenga moyo wa kishujaa, na kujiamini. Achana na imani potovu kwamba watu wa familia fulani, kabila, au rangi tofauti na yako ndio wanaoweza kufanya mambo makubwa au ya maana. Badala yake tambua nguvu ambayo Mungu ameitia ndani yako. Nguvu inayokuwezesha kushinda kila aina ya vita kwa kumtumaini yeye, na kutimiza wajibu wako.

Miaka mingi iliyopita, mtume Paulo aliwaandikia wafilipi akisema *"Najua kudhiliwa, tena najua kufanikiwa; katika hali yoyote, na katika mambo yoyote, nimefundishwa kushiba na kuona njaa, kuwa na vingi na kupungukiwa. Nayaweza mambo yote katika yeye anitiaye nguvu"* (Wafilipi 4:12 - 13). Mtume Paulo aliandika maneno haya kuwatia moyo waamini wenzie, wakati yeye mwenyewe akikabiliwa na masumbufu mengi kutoka kwa wasioamini. Pamoja na masumbufu hayo Paulo alikuwa na hakika ya ushindi, kwa imani kuwa Mungu alikuwa pamoja naye.

Wewe pia jifunze kutoka kwa watu wengine waliofanikiwa katika medani au tasnia yako. Fuata kielelezo cha mashujaa wa zamani walioonesha moyo wa kishujaa hata pale ambapo watu wengine waliona haiwezekani. Mtafakari kijana Daudi ambaye pamoja na umri mdogo aliokuwanao aliweza kupambana na Goliati na kumshinda (1 Samuel 17); Samson aliweza kupambana na watu elfu moja na kuwaua kwa kutumia mfupa wa taya la punda tu (Waamuzi 15:16), Musa aliweza kuwatoa wana wa israel utumwani Misri, kuwaongoza jangwani, na kuzisimamia sheria na hukumu alizopewa na Mungu, ingawa alikuwa akisumbuliwa na kigugumizi kibaya, kilichomfanya ashindwe kuongea vizuri. (Kutoka 4:10).

Ukiacha mashujaa hao wa imani, wako pia watu wa kizazi chetu walioonesha kutokata tamaa, kujiamini, na kuwa na moyo wa kishujaa. Mzee Nelson Mandela alifanikisha ndoto yake ya kuwa rais wa Afrika ya kusini baada ya kukaa gerezani kwa muda wa miaka ishirini na saba. Bill Gates, CEO wa Microsoft, alifanikiwa kuwa bilionea pamoja na kutomaliza chuo kikuu (*university*); Bingwa wa masumbwi duniani,

NI MAISHA YAKO

"Ukiwa pundamilia, swala au nyati mbugani, ni lazima ujue kutimua mbio ipasavyo; la sivyo utaliwa. Na ukiwa simba, chui au mbwa mwitu vilevile ni lazima ujue kutimua mbio kwelikweli! Vinginevyo utakufa kwa njaa. Hivyo haijalishi wewe ni simba, au swala, ili mradi uko mbugani ni lazima uwe na mbio hasa, ili uweze kuishi

(Mwana-dikala)

TUFANI INAPOVUMA – UWE NA AMANI

Mohammedi Ali, alifanikiwa kumaliza pambano la *round* 15, na kukataa kutolewa kwa *Knock Out* ingawa mpinzani wake Ken Norton alifanikiwa kumvunja taya katika round ya pili tu. Pamoja na maumivu makali aliyokuwanayo, Mohammedi Ali alikataa katakata kusalimu amri ya kutolewa kwa *Knock Out*.

Watu waliotajwa hapa juu hawako peke yao, Wapo maelfu ya mashujaa wengine wa kale, na wa kizazi chetu wanaostahili kuingizwa katika orodha hii; Lakini kama wakitajwa wote, na mambo waliyofanya, bila shaka hutaweza kumaliza kusoma vitabu vitakavyoandikwa, kwa wingi wake. Kumbe hata wewe ukijipa moyo mkuu, unaweza kufanya mambo makubwa, na ya kuwashangaza wengine.

USIKUBALI KUKATISHWA TAMAA

Kukata tamaa ni silaha kubwa inaotumiwa na ibilisi kuwaangusha wanadamu. Shetani anafahamu kwamba miili yetu ni dhaifu, hivyo ni rahisi kukata tamaa, na hasa kama mtu akikabiliwa na jaribu kubwa, na au linalodumu kwa muda mrefu. Ni kwa sababu hii aling'ang'ania kumjaribu Ayubu kwa muda wa miaka saba, akitafuta kila upenyo wa kumkatisha tamaa, na hata kumtumia mkewe (Ayubu 2:9). Yamkini kama Ayubu asingekuwa amesimama katika imani angeanguka dhambini, na kumpa ushindi ibilisi

Sababu kubwa inayomfanya ibilisi atumie watu, na vitu mbalimbali kukukatisha tamaa ni kiu yake ya kukunyang'anya ushindi ulio mbele yako. Unapokubali kusikia sauti yoyote inayokwambia hufai, huwezi, hutafanikiwa, hutafaulu, na au hutashinda, unaufanya ubongo wako ushindwe kufanya kazi ya ziada inayohitajika kukupatia ushindi. Si ajabu wanajeshi wengi wanaokwenda vitani wakiwa wamenyong'onyea kwa hofu, hupoteza maisha yao katika mapambano; wakati wale wanaokwenda wakiwa na tumaini la ushindi, huwa na uwezekano mkubwa zaidi wa kujipatia ushindi katika mapambano na kurudi hai. Hii ndiyo sababu kubwa inayofanya makamanda walazimike kutoa hotuba za kuwatia morari wanajeshi wao, kabla ya kwenda vitani.

Uchunguzi wa kitaalam unaonesha kuwa asilimia kubwa ya wagonjwa wa kansa wanaokata tamaa ya kuishi, hufariki dunia mapema zaidi, ukilinganisha na wale wenye moyo mkuu, wasiokata tamaa, na au kukubali kuwa hawatapona. Wataalam hao wanathibitisha kuwepo kwa uhusiano mkubwa kati ya hisia za mtu na ukuaji wa chembechembe hai za mwili, msukumo wa damu, kiwango cha sukari na kemikali nyingine zinazomiminika mwilini, pamoja na mambo mengine yanayochangia uponyaji, au afya ya mtu.

Ili uweze kupokea uponyaji, kushinda katika mapambano, au kufanikiwa kimaendeleo unapaswa kukataa kukata tamaa. Unapovunjika moyo, unaonesha uhaba wa imani yako kwa Mungu, na au utayari wako wa kumsikiliza muongo shetani. Yeye anaitamani sana nafasi hiyo, na ukimpa anaweza kuitumia kukutia kwenye janga, kabla hata hujatambua kuwa umemfungulia mlango. Katika kila jambo gumu, au la kukatisha tamaa jenga imani kwamba Mungu atakupitisha salama, na kwa ushindi kama alivyofanya kwa kina Meshaki, Shadraki na Abednego (Danieli 3:16-18).

Unaweza kuwa na uhakika wa ushindi kwa sababu Mungu ndiye anayekupa pumzi yenye kushikilia uhai wako. Kwa hiyo anaweza kukuruhusu kuishi miaka mia moja au kukuchukua ukiwa ungali kijana mdogo. Anaweza kukuponya ugonjwa usiotibika, na au kukupa kilema cha maisha. Anaweza kuinyeshea mvua mimea iliyopo shambani mwako, au kuleta nzige wa kuiharibu; Anaweza kuleta tufani, na kutuliza bahari; Wala hakuna jambo asilolifanya. Yeye ndiye aumbaye nuru, na kulihuluku giza; hufanya suluhu, na kuhuluku ubaya; yeye ndiye BWANA ayatendae haya yote (Isaya 45:7) Sasa kwa nini ukate tamaa?

Mtume Paulo alilijua vema jambo hili na akawaandikia waraka wakristo waliokuwa wakiishi Roma akisema *"Nasi twajua ya kuwa katika mambo yote, Mungu hufanya kazi pamoja na wale wampendao katika kuwapatia mema, yaani wale walioitwa kwa kusudi lake...Basi tuseme nini juu ya hayo? Mungu akiwepo upande wetu, ni nani aliye juu yetu?* (Warumi 8:28 – 31. Ahadi hizi ni za kudumu na zinaendelea kufanya kazi kwa kila anayeliitia jina la Bwana. Mwite Bwana katika kila jambo linalokusumbua, huku ukifunga masikio yako kwa yeyote anayetumiwa na ibilisi kukukatisha tamaa.

KUWA TAYARI KUJIKOSOA NA KUKOSOLEWA

Mojawapo ya majukumu ya msingi aliyokabidhiwa Adamu pale katika bustani ya Edeni, ni kuitiisha dunia na kutawala viumbe vyote vilivyopo ardhini, majini na angani. Kwa ujumla agizo hili ndilo lililompa fursa kila mwanadam kuwa mtawala (kiongozi) bila kujali elimu yake, jinsia, au mahali anapotoka.

Kuwa mtawala maana yake ni kuwa na uwezo wa kutoa maamuzi yenye nguvu ya kushawishi, au kuathiri binadamu na viumbe vingine kwa wema au ubaya. Kwa hiyo kama wewe ni baba, mama au mtoto, kwa nafasi yako ni mtawala mwenye uwezo wa kusababisha mabadiliko hasi au chanya kupitia mawazo, maamuzi na mipango unayoiwasilisha kwa jamii.

Kwa kuwa wewe si malaika baadhi ya maamuzi yako yanaweza yasiwe mazuri, au ya kufurahisha watu wa jamii yako kama inavyopaswa. Unaweza kufanya mazuri tisini na tisa, lakini moja likawa la baya kwani hakuna anayejua kila kitu. Ni kwa sababu hii unapaswa kuwa tayari kujikosoa, kukubali kukosolewa, na kujifunza kutoka kwa wengine kama alivyokuwa mfalme Daudi wa Israel.

Biblia inamsifu mfalme Daudi kwa kuwa mtawala mwenye nguvu nyingi, heshima, na fahari kubwa. Raia wake walimpenda na kumuheshimu kwa hekima, ujasili na ucha Mungu wake. Hakika alikuwa mfalme wa watu, aliyejitahidi kutenda haki. Lakini siku moja, akiwa amepumzika katika ghorofa ya nyumba yake, Daudi alimuona msichana mzuri akioga katika bwawa, mbali kidogo na mahali alipokuwa. Pamoja na kuonywa kuwa msichana huyo alikuwa mke wa Uria, askari wake mwaminifu, Daudi (kwa tamaa) akaagiza mrembo huyo apelekwe nyumbani kwake; akalala naye.

Pengine isingekuwa shida kama uzinzi huo ungepita kimya kimya; lakini ili liwe fundisho kwa wengine, msichana huyo akapata mimba wakati mumewe akiwa vitani.

Ili kulinda heshima yake mfalme Daudi akafanya hila ya kumbambikiza mimba hiyo mume wa msichana huyo (Uria). Hila hiyo iliposhindwa, Daudi akapanga njama za kumuua askari huyo mwaminifu, na kumchukua mkewe. Jambo hili lilimuudhi mno mwenyezi Mungu, na mara moja akamtuma nabii Nathani kwenda kumtangazia mfalme huyo ghadhabu ya Mungu iliyokuwa ikiwaka juu yake.(2 Samuel 12).

Mfalme Daudi aliposikia maonyo ya nabii Nathani hakufanya kiburi, wala hakujivuna kwa sababu ya wadhifa aliokuwanao. Kwa hofu ya Mungu alijivua ukuu na fahari zake zote na kufanya toba ya kweli ili asamehewe. Alilia, akaomboleza, akafunga, akavua nguo zake na kuvaa magunia, na kufanya kila kitu kilicho ndani ya uwezo wake ili kuonesha toba ya kweli. Baada ya kujinyenyekeza mbele za Mungu kwa muda mrefu, Mungu alikubali kilio chake, akamsamehe na kumbariki yeye na uzao wake.

Wewe pia katika nyakati Fulani unaweza kujikuta umefanya makosa yatakayofanya wengine watamani kukukosoa. Usifanye shingo ngumu, iga kielelezo cha mfalme Daudi aliyeamua kuuvua ukuu wake ili asalimishe roho yake, na kuondoa laana iliyokuwa ikimkabili. Unapokubali kukosolewa unaonesha jinsi ulivyokomaa kiroho na kiakili.

Kumbuka pia kwamba Mungu huweza kuzungumza nasi kwa namna mbalimbali. Huweza kusema nasi kupitia neno lake, matendo yake makuu, na hata vitu vya kawaida au watu wanaotuzunguka. Mara nyingine kwa kutojua huwa tunashindwa kuisikia sauti ya Mungu kwa sababu ya kiburi, dharau au kudhani Mungu atajidhihirisha kwetu kwa namna tunayotaka (Mathayo 25:40).

Mfalme Daudi alitambua sauti ya Mungu iliyonena kwa kinywa cha nabii Nathani, na mara moja akauvua ukuu wake na kufanya toba ili asamehewe. Unyenyekevu uliokoa maisha yake na kiti chake cha kifalme. Sisi pia tunapaswa kujifunza kuvua kiburi, ukuu, nguvu, mamlaka na mambo mengine yote yanayoweza kutuzuia kuisikia sauti ya Mungu anapotuita, kutuonya na au kutunyooshea mkono wake wa baraka.

JIANDAE KWA SAFARI YA MBINGUNI

Hakuna binadamu atakayeishi milele hapa duniani. Sisi sote tu wageni tunaosafiri, na hivyo siku moja tutarudi katika makao yetu ya kudumu mbinguni. Ni kwa sababu hii Mungu hajatuficha habari ya kifo, bali ametuambia waziwazi ili tuweze kujiandaa. Miaka mingi iliyopita alimuonya baba yetu Adam akimwambia *"U mavumbi wewe, nawe mavumbini utarudi"* (Mwanzo 3:19). Mungu anaendelea kutukumbusha habari ya kifo kila siku kupitia watumishi wa Mungu, neno lake, na vifo vya wapendwa wetu. Mungu anafanya hivyo ili kutuwezesha kujiandaa kimwili na kiroho kwani kifo cha mwili hakikwepeki

.Akitafakari habari ya kifo mfalme Sulemani aliandika *"Lolote mkono wako utakalolipata kulifanya, ulifanye kwa nguvu zako zote; kwa kuwa hakuna kazi, wala shauri, wala maarifa, wala hekima huko kuzimu uendako"* (Mhubiri 9:10) Kumbe kila tunapoona na au kusikia habari za kifo hatupaswi kuingiwa na hofu, kupoteza amani ya rohoni, wala kuacha kufanya mambo ya msingi. Badala yake tunapaswa kusimama imara katika imani, na kuishi maisha ya kumpendeza Mungu; ili tuweze kupata kibali cha kuingia uzimani. Suleimani anatuonya tuyatumie maisha yetu vema ili kumpendeza Mungu, kwani baada ya kufa hakuna unaloweza kulifanya kubadilisha yaliyopita.

Pamoja na kujua kwamba tutakufa, hatuna sababu ya kukiogopa kifo, kwa sababu tuna imani kuwa siku moja Mungu wetu atatufufua. Ingawa si rahisi kumueleza mtu kisayansi jinsi ufufuko utakavyokuwa, kwa imani tunaweza kuwa na hakika ya jambo hili kwa sababu, kabla ya kupaa mbinguni, Yesu alituahidi akisema *"Nyumbani mwa baba yangu mna makao mengi, kama sivyo, ningaliwaambia; maana naenda kuwaandalia mahali. Basi mimi nikienda na kuwaandalia mahali nitakuja tena niwakaribishe kwangu; ili nilipo mimi, nanyi mwepo"* (Yohana 14:2 – 3). Maneno haya yanatiwa nguvu zaidi na matendo makuu aliyoyafanya Yesu akiwa hapa duniani. Alifufua wafu, aliponya wagonjwa, alitakasa wenye ukoma na kadharika, mambo ambayo hayawezi kufanyika isipokuwa kwa nguvu za Mungu aliyeziumba mbingu na nchi.

Kututhibitishia zaidi habari ya mambo yatakayotupata baadae, Yesu mwenyewe alimchukua mwanafunzi wake Yohana, aliyekuwa amefungwa katika kisiwa cha Patmos na kumuonesha mahali watakapoishi watakatifu baada ya maisha ya kidunia. Baadae mtume Yohana aliandika *"Kisha nikaona mbingu mpya nan chi mpya; kwa maana mbingu za kwanza na nchi za kwanza zimekwisha kupita, wala hapana bahari tena"* (Ufunuo 21:1) Katika maono hayo Yesu alimueleza Yohana, kuwa watakaoingia katika mahali hapo, ni wale waaminio, watakaomshinda ibilisi, na kusafishwa kwa damu ya Yesu. *"Bali waoga, na wasioamini, na wachukizao, na wauaji, na wazinzi, na wachawi, na hao waabuduo sanamu, na waongo wote, sehemu yao ni katika lile ziwa liwakalo moto na kiberiti.* Hii ndiyo mauti ya pili (Ufunuo 21:8)

Tumaini la ufufuo wa wafu na uzima wa milele, ni muhimu sana kwa afya ya roho yako. Pasipo hilo huwezi kuwa na imani, wala kumkabili ibilisi ipasavyo. Tunajivunia tumaini la uzima wa milele kwa sababu Yesu alisha tulipia deni letu pale msalabani na kuvunja pingu, za minyororo ya mauti. Uhakika huu unatufanya tusikiogope kifo, wala mauti. Mtume Paulo alisema, *"Kwa maana kama tukiishi, twaishi kwa Bwana, au kama tukifa, twafa kwa Bwana. Basi kama tukiishi au kama tukifa, tu mali ya Bwana* (Warumi 14:8)

Lakini kama alivyosema mfalme Sulemani, ni lazima ufanye kwa bidii mambo muhimu unayopaswa kuyafanya kabla ya kufa. Kuyakamilisha mambo hayo, na au kuyafikisha katika sehemu ya kuridhisha hakutakuepusha na mauti, bali kunaweza kukusaidia kuwa na amani ya rohoni hata kama utakuwa mgonjwa mahututi, au utaambiwa na dakrari kuwa ugonjwa wako hauponi kwa vyovyote. Ni muhimu sana kukumbuka kwamba katika kila jambo ni lazima upigane vita vya kiroho na pia kutumia ujuzi, na maarifa aliyokupa Mungu ili usije ukawa miongoni mwa wale wanaoangamia kwa kukosa maarifa.

Pengine jambo la kutia simanzi zaidi linalomkabili baba au

mama aliye kufani, ni mawazo juu ya maisha watakayoishi watoto, mwenzi wa ndoa, na ndugu wengine waliokuwa wakimtegemea. Uchungu huwa mkubwa zaidi kama mtu aliye kufani ndiye tegemeo la familia katika upatikana kwa mahitaji yote. Mzazi hujisikia vibaya mno kama anaona anaiacha familia yake katika hali ya umaskini na au tabu. Jambo hili pia humsumbua mwenzi wa ndoa, watoto wa marehemu, na ndugu kwa sababu wao ndio wanaopaswa kubeba mzigo huo kwa namna yoyote ile. Inapotokea ndugu, jamaa, na au watu wengine wa karibu kusita kutoa msaada, familia iliyoachwa hudumbukia katika umaskini wa hali ya juu. Ni neema ya Mungu pekee huweza kuitoa familia katika janga.

Matatizo ya aina hii huweza kuwakumba hata watoto wa familia tajiri, kwa sababu ya ukorofi wa ndugu, au watu wengine wenye tamaa ya kujitajirisha kwa kupora urithi ulioachwa na marehemu. Tatizo hili ni kubwa zaidi katika nchi za kiafrika ambapo mila na desturi za baadhi ya makabila hutaka mali ya marehemu irithiwe na ndugu, badala ya mke na watoto. Ili kujipunguzia msongo wa mawazo, na kuwasaidia wana familia yako kuishi kwa amani endapo utaondoka duniani, weka mikakati ifuatayo:

(a) Andika urithi

Uamuzi wa kuandika hati ya urithi ni muhimu sana kwa mtu anayejitambua. Zingatia kuwa unapokuwa ungali hai, suala la urithi linaonekana kama la kijinga, au si la muhimu sana; lakini mara tu ukiiaga dunia, kitu cha kwanza kitakachopiga hodi vichwani mwa watu utakaowaacha ni mali zako. Hali inaweza kuwa ngumu, na tete zaidi kama una mali nyingi, na hukuacha hati yoyote ya urithi. Ki msingi mali uliyonayo ni haki ya mwenzi wako wa ndoa, na watoto wako. Watu hawa wanayo haki ya kurithi mali yako hata kama hukuacha maagizo yoyote, kwani kila kilicho chako ni chao katika ujumla wake.

Lakini kama ulivyo na haki ya kumiliki mali yoyote inayohamishika, au isiyo hamishika, pia unayo haki ya kuiuza mali hiyo, au kumpa mtu mwingine unayemtaka nje ya familia yako, na hata kugawa sehemu ya mali hiyo kwa taasisi zisizo za kiserikali au mashirika ya dini. Tatizo ni kuwa uwezo huo unakuwa nao wakati ukiwa ungali hai; mara tu unapoaga dunia unakuwa umetoa ruhusa kwa watu wengine kuisimamia mali hiyo kwa mujibu wa sheria, mila na desturi za mahali unapoishi. Na kwa sababu sheria, kanuni na taratibu za mirathi zinaweza kupindishwa, uko uwezekano mkubwa wa familia yako kudhulumiwa.

Ili kulinda haki za watoto wako (kama unao) ni vizuri kuandika hati ya urithi na kuikabidhi kwa mtu unayemuamini, au kuuweka mahali salama. Watu wengi wa asili ya Afrika hatuna mazoea ya kuandika urithi, kwa sababu suala hili haliendani na mila na desturi za makabila yetu. Baadhi ya mila hizo huwafanya watu waamini eti kuandika urithi ni uchuro, na au huweza kusababisha mtu auawe. Makabila mengine hufuata taratibu za jadi na hivyo watu wake hawaoni haja ya kuandika na kuacha hati ya mirathi. Hata hivyo kwa mtu aliyeelimika na kustaarabika suala la kuandika urithi ni muhimu.

Ni vema basi kama ulikuwa hujaandika hati ya urithi andika sasa. Kufanya hivyo kutakusaidia kulinda haki yako ya kumpa mali mtu unayempenda, na pia kuondoa migogoro inayoweza kujitokeza baadae. Kwa vile sheria na taratibu za mirathi zinatofautiana, ni vema uwasiliane na mwanasheria, mchungaji, au kiongozi yeyote unayeamini anaweza kukupa ushauri wa kisheria bila kutoa siri zako.

(b) Weka akiba kwa ajili ya watoto wako

Suala la kuweka akiba ni jambo muhimu na la kimaandiko. Biblia inaeleza kuwa, kabla njaa haijaipiga nchi ya Misri, Mungu alimpa Farao taarifa kwa njia ya ndoto, na akamuagiza aweke akiba kwa muda wa miaka saba. Jambo hilo lilitekelezwa chini ya usimamizi wa Yusufu, kijana ambaye Mungu alimsafirisha toka mbali kwa kazi hiyo maalum (Mwanzo 37).

Wewe pia una wajibu wa kuweka akiba kwa ajili familia yako. Jizoeze kuweka akiba maalum kwa ajili ya kulipia ada ya watoto wako, na gharama nyingine za maisha yao ya baadae.

Ili uweze kuitunza na kuitunisha akiba hiyo ni fungua akaunti maalum ya watoto, au weka katika mifuko mingine ya akiba (*college sevings accounts*) ambayo haitakupa urahisi wa kutoa na kutumia fedha hizo kwa matumizi ya kawaida na yasiyo ya lazima.

Ili kujipa changamoto, unaweza kujiwekea lengo la kiasi cha fedha unachotaka uwe umetimiza kufikia mwezi au mwaka fulani. Kiwango hicho unaweza kukiongeza au kupunguza kwa kadri kipato chako kinavyo ongezeka au kupungua. Njia rahisi ya kufanya hivyo ni kutenga asilimia ya kipato chako kwa kadri unavyoona inafaa. Ni muhimu uweke kiwango cha juu kitakacho kusukuma kutunza pesa nyingi zaidi, lakini pia kiwe kiwango kinachokuwezesha kuacha fedha za kulipia gharama za kila siku na dharula nyingine. Kumbuka akiba hii ni ya watoto si ya dharula, kwa hiyo unapaswa pia kuwa na akaunti nyingine ya kutunza fedha kwa ajili ya matumizi ya kawaida na dharula za mara kwa mara.

(c) Kata bima ya maisha (Life insurance)

Bima ni njia nzuri na rahisi ya kulinda familia yako dhidi ya umaskini unaoweza kuwakumba baada ya kifo chako. Kwa gharama ndogo utakayolipa kila mwezi, unaweza kuipatia familia yako mamilioni ya shilingi yatakayo wawezesha kuendelea na maisha ya kawaida, na kulipia gharama za ziada ambazo bila ya uwepo wako ingekuwa vigumu kuzimudu.

Pengine utauliza bima ni nini? Kwa kifupi bima ni utaratibu unaomruhusu mtu (*insured*) au kampuni kulipa kiasi fulani cha fedha (*premium*) kwa shirika la bima (*insurer*) ili kujilinda na hasara inayoweza kusababishwa na tukio lolote lililokatiwa bima. Kwa kuchukua hatua ya kuingia mkataba na shirika hilo unakuwa umehamisha gharama ya hasara (*transfer of risk*) kutoka kwako kwenda kwa shirika hilo; na hivyo shirika kuwajibika kulipia hasara itakayojitokeza.

Kwa mfano, kama ukikata bima kwa ajili ya gari yako, na gari hilo likapata ajali, shirika la bima (*insurer*) litawajibika kuitengeneza gari hiyo ili kuirudisha katika hali iliyokuwa nayo kabla ya ajali, au kukupa gari nyingine yenye thamani inayolingana na gari hiyo. Kama mambo hayo mawili hayawezekani, shirika la bima linaweza kukulipa fedha taslim, au kwa namna nyingine mtakayokuwa mmekubaliana kisheria.

Ingawa zipo bima za aina nyingi na gharama mbalimbali, hapa nasisitiza umuhimu wa kuwa na bima ya maisha. Bima hii ni muhimu mno katika kuwafariji na kuwaondolea wasiwasi wana familia yako. Kwa mfano kama ukikata bima ya maisha ya thamani ya shilingi 50,000,000 inayokulinda kwa muda wa miaka 20 (term insurance), na kwa bahati mbaya ukafariki miezi mitatu tu tangu uanze kulipia bima hiyo; shirika la bima litawajibika kuilipa familia yako kiasi hicho cha fedha (50,000,000), au mara mbili ya kiasi hicho (100,000,000) kama kifo chako kimesababishwa na ajali (*kutegemea mkataba*).

Pengine utasema, kiasi cha fedha kilichotajwa hapo juu ni kidogo, au hakuna kiasi chochote kinachoweza kufidia gharama ya uhai wako. Ni kweli kabisa, hakuna kiasi chochote kinachoweza kufikia hata theruthi moja ya uhai wako. Hata hivyo kazi ya bima si kulipa fidia ya maisha yako, bali kukusaidia wewe na familia yako kukabiliana na gharama zilizosababishwa na janga lililotokea.

Kwahiyo kama unao uwezo wa kuwatosheleza wana familia yako kwa kila kitu, huna haja ya kufikiria habari ya bima, kwa sababu hata ukiwa mahututi kitandani roho yako haitakusuta. Utakuwa na amani ya rohoni ukijua kuwa watoto wako wataendelea na masomo yao bila matatizo, watakula vizuri, na watapata mahitaji yote ya msingi waliyokuwa wakiyapata ukiwa hai. Lakini kama huna akiba ya kutosha, miradi mingi ya maendeleo, na au huna chochote cha kuwafanya wana familia yako waendelee na maisha ya kawaida baada ya kifo chako, ni muhimu sana ukate bima ya maisha na kuilipia kwa kipindi chote utakachokuwa na uwezo.

Zingatia kwamba maamuzi unayofanya leo ndio yanayotengeneza kesho yako. Ni wewe mwenye hiari ya kuamua kama utakapoaga dunia, mwenzi wako wa ndoa, watoto na jamaa zako waishi kimaskini, na kukulaumu siku zote; au walie na kuomboleza kwa kupoteza baba au mama mwenye upendo na kujali, huku wakiwa na hakika kuwa hawatalala njaa kwani ulikumbuka kuwawekea.

Kama maelezo haya yamekufumbua macho na kukupa hamasa ya kuweka akiba, au kukata bima ya maisha, fanya sasa. Tafuta wakala yeyote wa shirika la bima aliyeko karibu nawe ili akupe maelekezo ya taratibu unazopaswa kufuata. Pamoja na kukata bima hii, usisahau kuwapa watu wa familia yako bima kuu ya uzima wao, ambayo ni neno la Mungu.

Wafundishe wanao na watu wengine walioko chini ya dali ya nyumba yako umuhimu wa kuyasikia maneno ya Mungu na kuyafuata. Akiwa hapa duniani Yesu alituombea kwa Mungu akisema *"Na uzima wa milele ndiyo huu, wakujue wewe Mungu wa pekee wa kweli, na Yesu Kristo uliyemtuma"* (Yohana 17:3). Kwa hiyo utakapokuwa ukishughulika kutafuta bima inayofaa, kumbuka kuwafundisha neno la Mungu, na kuwahimiza kulitii.

(d) Omba bila kukoma

Omba kwa imani, matumaini na hakika kwamba Mungu anasikia maombi yako. Omba kwa ajili yako wewe mwenyewe, muombee mwenzi wako wa ndoa, wana familia yako yote, na pia usiache kuwaombea watu wengine wanaokuzunguka hususan majirani na au watu unaofanya nao kazi au biashara.

Jizoeze kuomba siku asubuhi, kabla ya kwenda kazini, shuleni, na au kwenye shughuli nyingine za siku hiyo, na jioni kabla ya kwenda kulala. Jizoeze pia kufanya maombi kila mara, mahali popote unapokuwa, na katika hali yoyote inayokukabili kwa wakati huo. Kama una familia ishirikishe katika maombi na ibada mbalimbali za kumtukuza Mungu kila siku, nyumbani kwako, na au kanisani.

Unapoomba mweleze Mungu shida zako zote, bila kuchagua au kubagua. Watu wengine hujidanganya kumueleza Mungu mambo wanayodhani Mungu anataka kusikia, na kuacha kuyaombea yale yaliyo mzizi wa masumbufu yao. Tambua kuwa maombi ni nafasi ya pekee Mungu aliyokujalia ili uweze kumlilia, kumueleza haja zako, na mambo mengine ya siri ambayo kwa aibu, hofu au fadhaa huwezi kumueleza mtu mwingine. Huna sababu ya kumficha Mungu, kwani yeye anajua siri zote za moyo wako, ila yuko tayari kukusikiliza (Zaburi 4:3) na kujibu maombi yako sawasawa na rehema zake.

Unaweza kuwa na hakika kuwa Mungu anajibu maombi yako kwa sababu yeye mwenyewe anakuahidi hivyo. Akizungumza nasi kwa kinywa cha nabii Isaya Mungu anasema *"Na itakuwa ya kwamba, kabla hawajaomba, nitajibu; na wakiwa katika kunena nitasikia"* (Isaya 65:24). Naye Yesu anayathibitisha maneno hayo kwa kusema *"Ombeni nanyi mtapewa"* (Mathew 7:7) akiwa na hakika kuwa baba yake atamjibu kila amwombaye. Tena, anasisisitiza kwa kuhoji *"Basi ikiwa ninyi mlio waovu, mnajua kuwapa watoto wenu vipawa vyema, je si zaidi sana Baba yenu aliye mbinguni atawapa mema wao wamwombao?* (Mathayo 7:11). Kwa ahadi hizi unapaswa kuwa na hakika kuwa Mungu hatayatupilia mbali maombi yako; bali atakujibu, na kukutendea kwa kadri ya wingi wa fadhiri na rehema zake

. Muombee mwenzi wako wa ndoa na watoto kwa bidii, ukijua kuwa siku moja utawaacha aidha kwa furaha au kwa huzuni. Kwa furaha kwa sababu watakuwa watu wazima, wanaokwenda kujitegemea; au kwa huzuni kwa sababu mmoja wenua ameaga dunia. Omba kwa bidii, na kwa imani ili Mungu awape wana familia yako uzima, afya njema, na baraka tele katika maisha yao. Muombe Mungu awape akili na hekima ya kulijua na kulishika neno lake, na kuishi sawasawa na mapenzi yake.

Zaidi sana waombee wana familia yako ili roho mtakatifu akae kwa wingi katika mioyo yao, na kuwaepusha na kila aina za vishawishi vitakavyoletwa na yule mwovu, ibilisi. Mwombe Mungu awabariki, na kuwapa kibali katika kila jambo wanalokusudia kulifanya. Kumbuka ni Mungu pekee anayeweza kuwashindia kila vita, na kuwapa amani ya rohoni.

SARA YA TOBA

Bwana Yesu, nakuja mbele zako kwa moyo uliopondeka, nikitubu dhambi zangu zote. Nilizofanya kwa mawazo, kwa maneno, kwa matendo, na kwa kutotimiza wajibu.
Nisamehe BWANA.
Ingia ndani ya moyo wangu, na kunitakasa kwa damu yako. Nioshe kwa hisopo yako niwe safi, na kuwa miongoni mwa watakatifu wako. Futa jina langu katika kitabu cha hukumu, na kuliandika katika kitabu cha uzima, niwe wako.
Amen

Tufani Katika Ndoa

Bwana Mungu akasema, si vema huyo mtu Awe peke yake. Nitamfanyia msaidizi wa kufanana naye.

(Mwanzo 2:18)

N..doa ni mpango maalum wa Mungu uwezeshao kuendeleza uumbaji chini ya msingi thabiti wa familia yenye upendo, uaminifu na ushirikiano. Mara tu baada ya kumuumba Adam, Mungu aliona haja ya kumpa msaidizi anayefanana naye, ili awe mwenzi wa maisha, na mshirika katika kuijaza na kuitawala dunia (Mwanzo 2:18). Kwa hiyo mwanaume na mwanamke wanapoungana katika ndoa takatifu wanakuwa si tu wanatimiza agizo la Mungu, bali pia wanapokea zawadi ya kurudishwa katika umoja (Mathayo 19:5) ili waweze kufurahia maisha kwa upendo na kusaidiana.

Mungu anapendezwa kuona ndoa imara, inayoakisi upendo kati ya mume na mke, na mahusiano bora kati ya wanandoa na Mungu mwenyewe. Ni kwa sababu hii alituumba kwa mfano wake ili tuweze kujenga mahusiano ya karibu naye, kuenenda katika njia zake, na kuitawala dunia kwa niaba yake.

Ili kutimiza wajibu huo mwanaume anapaswa kuishi kwa kufuata kielelezo cha Yesu, kumpenda mkewe kama Kristo alivyolipenda kanisa hata akajitoa kwa ajili yake (Waefeso 5:25). Wake nao, wanapaswa kuwatii waume zao kama kumtii BWANA, kwa maana mume ni kichwa cha mkewe, kama Kristo naye ni kichwa cha Kanisa, na mwokozi (Waefeso 5:22).

Biblia inatoa maelekezo na mifano mingi ambayo kama ikizingatiwa inaweza kuboresha au kuponya ndoa za maelfu. Pamoja na maelekezo hayo, ndoa nyingi zimeendelea kukumbwa na tufani zisizokwisha. Katika miaka ya karibuni hali imekuwa mbaya zaidi kiasi kwamba kupeana talaka imekuwa jambo la kawaida kwa wakristo na watumishi wa Mungu, jambo ambalo ni kinyume na maandiko. Nchini Marekani takwimu zinaonesha asilimia 50% ya ndoa mpya huvunjika, na wahusika kupeana talaka. Hali hii imesababisha ongezeko kubwa la watoto wanaolelewa na mzazi mmoja, na wajane wasiokuwa na idadi.

Ukifuatilia maandiko kwa makini utatambua kuwa mambo haya hayatokei bila sababu. Shetani ndiye muasisi mkuu wa chokochoko na vurugu katika ndoa. Mara tu baada ya Mungu kuwaumba Adam na Hawa, na kuwapa haki ya kuishi wakiwa mke na mume (Mwanzo 1:28), shetani alianzisha chokochoko zilizosababisha mgogoro mkubwa katika ndoa ya Adam. Kwa kutumia kipaji chake cha ulaghai, shetani alimshawishi Hawa kula matunda waliyokatazwa. Bila kujua mtego waliokuwa wamewekewa, Hawa alikubali kula tunda hilo na akashirikiana na ibilisi kumvuta mumewe katika dhambi hiyo. Matokeo yake wote wawili walifukuzwa katika bustani na kupewa adhabu kali tunazoendelea kuzikabili hata sasa. Baadae kwa uchungu Adam alimwambia Mungu *"Huyo mwanamke uliyenipa awe pamoja nami ndiye aliyenipa matunda ya mti huo, nikala"* (Mwanzo 3:12).

Kama alivyofanya kwa Adam na Hawa, ndivyo shetani anavyotamani kuvunja ndoa za watakatifu wa leo. Shetani anafanya hivyo kwa kujua pasipo ndoa yenye msimamo familia hulegalega, jamii huyumba, na kanisa kupoteza muelekeo. Ili kutimiza malengo yake shetani hutumia mawakala wake kubomoa misingi ya imani katika jamii. Mashambulizi haya ndiyo yanayopelekea kutungwa kwa sheria, kanuni na taratibu zinazochangia uvunjifu wa ndoa, mmomonyoko wa maadili, na kutelekezwa kwa sheria ya Mungu. Si ajabu makanisa mengi hivi sasa yanaunga mkono ndoa za watu wa jinsia moja.

Shetani pia anatumia vishawishi mbalimbali vya kuwaingiza wanandoa katika mtego. Tamaa ya fedha na vitu vizuri imekuwa ni changamoto kubwa kwa wanandoa wengi. Kama vile Adam na Hawa walivyoingia majaribuni kwa tamaa ya tunda linalovutia, ndivyo ndoa nyingi zinavyo sambaratika siku hizi kwa sababu ya tamaa za kijinga. Mioyo ya watu wengi imegeukia kuthamini mali na vitu vya thamani kuliko utu na au familia zao.

Kwa mfano, mwanandoa mwenye tamaa anaweza kujikuta akilazimika kufanya kazi kwa masaa 80 kwa wiki ili aweze kulipia gari au kitu kingine cha thamani kubwa kuliko uwezo wake. Ingawa kwa mtazamo wa haraka haraka jambo hili linaweza kuonekana ni zuri, na la kawaida, halifai kwa mahusiano, na linaweza kuathiri kwa kiasi kikubwa malezi ya watoto. Athari hizo zinaweza kuwa mbaya zaidi kama mwenzi wa ndoa pia ni mfanyakazi au mfanya biashara jambo linalopelekea watoto kulelewa na mfanyakazi wa ndani, au vituo vya kulelea watoto *(Baby sitter)*.

Tamaa ya mwili, na kiu ya kufanya zinaa, ni silaha nyingine kubwa inayotumiwa na ibilisi kubomoa ndoa. Ingawa Mungu ametoa kibali kwa mume na mke kuridhishana ki mapenzi kwa kadri ya hamu zao (1 Wakorintho 7:3), shetani amefanikiwa mno kuwashawishi baadhi ya wanandoa kuamini kuwa mapenzi matamu ni yale yanayopatikana nje ya ndoa. Siku hizi imekuwa ni kawaida kwa wanandoa, wake kwa waume, kuwa na mahawara, na au kufanya tendo hilo na watu wengine wasio halali kwao. Jambo hili ni machukizo makubwa mbele za Mungu, linaondoa baraka katika familia, na kuhatarisha usalama wa wanandoa (Wakolosai 3:5).

Kumbe ni vema kufuata ushauri wa mtume Paulo anayehimiza usafi wa maisha ya ndoa.

UNAWEZA KUBORESHA NDOA YAKO

Kila mtu angependa kuwa na kazi nzuri, inayomuingizia mamilioni ya pesa kwa mwaka, au biashara kubwa inayoingiza faida tele. Hata hivyo ni watu wachache tu wenye kazi za aina hiyo, na au biashara za uhakika, zinazoingiza faida kubwa. Ukiwafuatilia kwa makini watu hao, utagundua kuwa ni watu walio tayari kufanya kazi kwa juhudi na maarifa, kujitoa sadaka wao wenyewe, na kwenda hatua moja mbele zaidi ya wengine.

Wewe pia kama umeoa au umeolewa, na unataka ndoa yako iwe yenye mafanikio, ni lazima ufanye kazi ya ziada, ukubali kujitoa sadaka, na kufanya kila liwezekanalo kuboresha mahusiano kati yako na mwenzi wako wa ndoa. Haijalishi ndoa yako iko katika hali gani, kama ukiamua kwa dhati, unaweza kuiboresha, na au kuiokoa kutoka katika hali ya kuangamia. Mambo yafuatayo yanaweza kukusaidia kufanya hivyo.

(a) Onesha upendo wa dhati

Upendo ndiyo sheria kuu inayopaswa kukuongoza katika kila jambo. Unapaswa kumpenda BWANA Mungu wako, kwa moyo wako wote, kwa roho yako yote, kwa akili zako zote, na kwa nguvu zako zote. Na umpende jirani yako kama nafsi yako (Marko 12:30). Yesu aliyasema maneno haya akijua palipo upendo, huwa haliharibiki neno. Ukimpenda Mungu kwa moyo wako wote utazishika amri zake, nazo zitakuongoza katika njia iliyonyooka; na ukimpenda jirani yako hutamtendea vibaya, wala kufanya mambo ya kumuudhi.

Wewe pia unapaswa kujitoa kwa kila hali kwa ajili ya mwenzi wako. Unapaswa kuvua kiburi chako, kujipenda kwako, na hata kuacha baadhi ya mambo yaliyokuwa yakikupendeza ili uweze kumridhisha mwenzi wako. Ni wajibu wako kama mume au mke kumtunza mwenzio, kumuheshimu, kumsaidia, na kumtetea anapoingia matatani. Kama Yesu alivyojitoa kwa ajili yako, mara nyingine wewe pia utalazimika kubeba msalaba kwa ajili ya mwenzi wako, kupokea lawama badala yake, na kumkinga na hila za wachonganishi. Ni busara pia kuepuka kumtendea vibaya, kumdharau, kumnyanyasa, au kumsaliti kwa kufanya ngono nje ya ndoa.

Mtume Paulo anaita upendo ni kifungo cha ukamilifu (Wakolosai 3:14) kwa sababu unapokuwepo katika ndoa hufunika mambo mengi. Matatizo mengi yanayopelekea kuvunjika kwa ndoa huwa madogo, na mara nyingine yasiyo na msingi. Lakini kwa sababu ya kupungukiwa upendo, wanandoa huyakuza, na au kuacha kuyashughulikia kwa muda mrefu kiasi cha kuwaumiza. Mara nyingine wanandoa wasio na hekima huacha kwa makusudi matatizo yakue ili wapate sababu ya kufanya maamuzi waliyopanga kitambo. Ni upendo wa kweli tu unaoweza kuondoa madoa katika mahusiano, na kuiponya ndoa. Si ajabu mtume Paulo aliandika *"Upendo huvumilia, hufadhili; upendo hauhusudu; upendo hautakabali; haujivuni, haukosi kuwa na adabu; hautafuti mambo yake; hauoni uchungu; hauhesabu mabaya; haufurahii udhalimu, bali hufurahi pamoja na kweli; huvumilia yote; huamini yote; hutumaini yote; hustahimili yote"* (1 Wakorintho 13:4 – 7).

Muoneshe mwenzi wako kuwa unampenda na kumthamini kweli; Kwa maneno, na kwa vitendo. Ongea naye kwa sauti ya mvuto, mahaba na kunyenyekea. Achana na tabia ya mazoea kuwa mwenzi wako ni mtu wa kawaida, hivyo unaweza kumfokea au kumwambia maneno ya jeuri. Mtume Paulo alionya *"Uchungu wote na ghadhabu na hasira, na kelele na matukano yaondoke kwenu; pamoja na kila namna ya ubaya. Tena iweni wafadhili ninyi kwa ninyi, wenye huruma, mkasameheane kama na Mungu katika Kristo alivyowasamehe ninyi"* (Waefeso 4:31 – 32).

Kwa hiyo hata kama mwenzi wako akifanya jambo lisilopendeza muonye kwa upendo, bila kutumia lugha ya matusi, jeuri au vitisho. Maneno mabaya huwa hayasaidii lolote katika kutatua mgogoro badala yake huwa mualiko kwa ibilisi kuisambaratisha ndoa yenu. Nii vema basi kufuata ushauri wa mfalme Sulemani aliyeonya akisema *"Jawabu la upole hugeuza hasira; bali neno liumizalo huchochea ghadhabu"* (Methali 15:1) Kumbuka kama wewe usipoona umuhimu wa kuongea na mwenzi wako kwa mahaba, wako watu wengine wanaotafuta nafasi ya kuongea naye, tena ikibidi hata kwa kumuimbia mashairi.

Pamoja na kutumia lugha nzuri jizoeze kuonesha kwamba unajali. Ndoa nyingi huporomoka kwa sababu wanandoa husahau wajibu wao wa ndani, na kushughulikia habari za watu wengine. Ingawa si vibaya kuwasaidia ndugu, jamaa, marafiki, na au watu wengine wenye matatizo, ni muhimu sana kutanguliza mbele masuala ya familia yako. Kama ni lazima kuacha jambo la familia kwenda kumuhudumia mtu mwingine, hakikisha mwenzi wako amekubali, na kuelewa umuhimu wa lile unaloenda kulifanya.

(b) Ombeni na kusoma neno la Mungu pamoja

Familia inayosali pamoja, hukaa pamoja, na dunia katika maombi, ni dunia ya amani (*"The family that prays together stays together and a world at prayer is a world at peace"*) Maneno haya yalisemwa na padri Patrick Peyton miaka mingi iliyopita, lakini mpaka sasa bado hayajapungua maana au thamani yake. Maombi ya kila wakati, na ufahamu wa Neno la Mungu ni silaha kubwa katika mapambano na ibilisi. Maombi hutuwezesha kujazwa roho mtakatifu, na kushusha malaika wa kutupigania, na kutuokoa katika hatari mbalimbali, na Neno hutufundisha namna ya kuishi kwa hekima na kuzikwepa hila na mitego ya shetani.

Mtume Paulo anatukumbusha umuhimu wa neno akisema *"Neno la Kristo na likae kwa wingi ndani yenu katika hekima yote, mkifundishana na kuonyana kwa zaburi, na nyimbo, na tenzi za rohoni; huku mkimwimbia Mungu kwa neema mioyoni mwenu"*(Wakolosai 3:16). Maneno haya anayasisitiza zaidi katika barua aliyomuandikia kijana wake, Timotheo kumwambia *"Kila andiko, lenye pumzi ya Mungu, lafaa kwa mafundisho, na kuwaonya watu makossa yao, na kwa kuwaongoza, na kwa kuwaadibisha katika haki"* (2 Timotheo 3:16). Kwahiyo yapo mambo mengi ambayo wewe na familia yako mnaweza kufaidika kwa kusoma neno la Mungu. Neno ni uzima, linaweza kubadilisha mwenendo wa mtu, au kumuokoa katika hatari.

Tenga wakati maalum wa kusali na kusoma neno la Mungu pamoja na familia yako. Kama una watoto wazoeze kusoma Biblia kwa ukawaida, na kutafakari maneno yake. Wape changamoto ya kukariri mistali au sura za Biblia na kuwapa zawadi wanapoonesha kufanya vema. Kuwa tayari kujadiliana nao hoja mbalimbali na kujibu maswali magumu yanapojitokeza. Kufanya hivyo kutawasaidia watoto kukua katika neno na kuyafahamu makusudi ya Mungu kwao. Mfalme Sulemani alishauri akisema *"Mlee mtoto katika njia impasayo, naye hataiacha, hata atakapokuwa mzee"* (Methali 22:6).

(c) Ishi kwa kufuata maagizo ya Mungu

Ili ndoa yako iwe yenye mafanikio ni muhimu kuzingatia kanuni ya ukichwa inayompa mamlaka mwanaume kuwa kiongozi wa nyumba, na mwanamke kuwa msaidizi (Waefeso 5:21). Mungu aliweka kanuni hii ili kuondoa mvutano katika familia unaoweza kusababishwa na kutokuwepo kwa mamlaka yenye nguvu zaidi nyumbani.

Mungu hakutoa agizo hilo kwa sababu ya kuwapendelea wanaume, na kuwanyanyasa wanawake, au kuwabebesha mzigo mzito wanaume na kuwapa urahisi wanawake. Bila shaka alifanya hivyo kwa kuzingatia maumbile, sifa, na majukumu aliyonayo kila mmoja katika kuijaza dunia, kuitawala na kuitiisha. Yeye ndiye aliyetuumba, hivyo anatujua zaidi kuliko tunavyojijua mwenyewe. Anajua nguvu na udhaifu wetu na hutuinua au kutushusha kwa kadri ya wingi wa fadhiri na rehema zake. Kwa sababu hiyo kanuni, sharia, na taratibu anazoagiza tuzifuate, ameziweka katika mizani na kuona zinafaa kutuongoza. Hata hivyo ni muhimu kuzingatia kuwa ukichwa wa mume haumfanyi kuwa wa maana, au bora zaidi kuliko mkewe, kwani wote wawili mmeumbwa kwa mfano wa Mungu aliye hai.

Kama wewe ni mwanamume tambua ukichwa ulionao katika nyumba, na hakikisha mwenzi wako anajua mamlaka uliyopewa na Mungu. Tambua pia mamlaka aliyonayo mkeo kama msaidizi na mshauri wako mkuu. Usitumie mamlaka yako kumkandamiza mwenzi wako, au kufanya maamuzi ya kibabe kwa faida yako binafsi. Kama wewe ni mwanamke pia tambua uzito wa kazi uliyopewa na Mungu kama msaidizi wa mumeo. Jihusishe katika kila jambo la familia, kwa kutoa ushauri, kufanya maamuzi ya pamoja, na kuchangia nguvu zako kama ni lazima.

Ni muhimu sana kwa kila mmoja wenu kuthamini ushauri na maamuzi ya hekima anayofanya mwenzake ili kujenga umoja. Yamkini kama baba ni rais katika nyumba, mama ni waziri mkuu (kiongozi wa shughuli za serikali), na kama baba ni amiri jeshi mkuu katika mapambano, mama ni mkuu wa majeshi. Ukiangalia uhusiano huu utatambua kuwa kila mmoja anapaswa kumtegemea mwenziye ili kufanikisha shughuli za maisha na pia kupata afya ya roho, na akili.

(d) Mpende mwenzio jinsi alivyo

Kama umeoa au umeolewa, bila shaka ipo sababu iliyokufanya utamani kumuoa au kuolewa na mwenzi uliye naye. Sababu hizo zinaweza kuwa mvuto wa sura, au maumbile ya mwili, ucheshi, upole, uchangamfu, urembo na utanashati, au tabia nyingine za kuvutia. Wako pia walioa, au kuolewa kwa sababu ya kuvutiwa na fedha, madaraka, kipaji maalum, kazi ya maana, umaarufu na kadharika.

Tatizo ni kuwa baadhi ya mambo haya ni ya kupita, na kama ndiyo yaliyokushawishi uoe au kuolewa, unaweza kujikuta ukijuta na au kuichukia ndoa yako. Kwa mfano, mwanaume aliyemuoa msichana kwa sababu ya kuvutiwa na sura, umbile au matiti yaliyochongoka kama miiba, anaweza kujikuta akimchukia mkewe na au kurukaruka nje mara tu baada ya mkewe kubadilika sura au umbo kwa sababu ya uzazi, matatizo ya kiafya, au misukosuko ya maisha. Vilevile mwanamke aliyekubali kuolewa na mwanaume kwa sababu ya umbo, fedha, madaraka, au umaarufu, anaweza kujuta, na kuichukia ndoa yake endapo mwenzi wake atapoteza vitu vilivyomvuta.

Kwa hiyo ili ndoa yako iweze kudumu ni muhimu uzingatie upendo unaotoka uvunguni mwa moyo. Upendo usiojalishi hali au vitu vinavyoonekana kwa macho. Ni lazima roho yako ishawishike kuamini kwamba mwenzi uliyenaye ni mzuri akiwa na miguu, na hata asipokuwa nayo. Ni wa maana anapokuwa na mali, lakini thamani yake haipungui anapofilisika. Kwa ujumla thamani yake iwe ni yeye mwenyewe, na pendo linalowaunganisha kuwa kitu kimoja.

(e) Fanya kazi kwa bidii kuinua kipato chenu

Mojawapo ya mambo yanayosababisha mvurugano katika nyumba ni suala la fedha. Mara nyingi wanawake huwa wa kwanza kupata wasiwasi wanapoona mume hawajibiki kuilisha familia yake, na au kuihudumia ipasavyo. Jambo hili halitokani na tamaa, na wala si dhambi. Wanawake kwa asili ni watunzaji, walishaji, na waleaji. Hivyo wanapoona njaa ikiisogelea nyumba yao, hupatwa na mshituko zaidi na kutafuta njia za kuizuia kwa gharama yoyote ile. Tatizo hili halina dawa nyingine isipokuwa kuhakikisha utoshelevu wa mahitaji ya nyumbani.

Mfalme Suleiman alizungumzia suala hili kwa kirefu akisema *"Mke mwema ni nani awezaye kumwona? Maana kima chake chapita kima cha marijani. Moyo wa mumewe humuamini, wala hatakosa kupata mapato...Huwapa watu wa nyumbani mwake chakula; na wajakazi wake sehemu zao...Huangalia sana njia za nyumbani mwake, wala hali chakula cha uvivu ..."* (Methali 31) Kumbe ni wajibu wa mke kusimamia mambo ya nyumbani na kuhakikisha kila mtu anapata riziki yake. Hivyo ili ndoa iweze kuwa imara ni lazima kila mmoja atimize wajibu wake.

Fanya kazi kwa bidii kuinua kipato cha familia yako. Kama unafanya kazi ya kuajiliwa isiyo na kipato cha kutosha, jitahidi kuanzisha mradi mdogo wa kukusaidia kuongeza kipato. Maisha huwa na unafuu zaidi ikiwa wote wawili mnajishughulisha kwa namna fulani katika kuongeza pato la familia. Si lazima uwe na mtaji mkubwa, au uanze na biashara kubwa ili ufanikiwe.. Wafanya biashara wengi waliotajirika walianzia chini kabisa, na kupanuka kwa kadri ya juhudi na maarifa yao, utaalam wa kutambua masoko mapya na kuwahudumia wateja kwa usahihi.

Ni vizuri pia kushirikiana katika kupanga bajeti ya matumizi ya familia na mambo mengine. Jambo hili ni dogo lakini hupunguza kwa kiasi kikubwa migogoro au kutoelewana kunakosababishwa na fedha. Wanandoa wengi wenye kipato cha juu na cha kati huwa hawagombani kwa sababu ya njaa, au kutokulipa bili, bali kwa ajili ya kufichana kiwango cha fedha kinachoingia na kutoka kwa kila mmoja. Tabia hii inayojulikana kwa jina la utani 'uzinzi wa fedha' (*financial infidelity*) husababisha wanandoa kutoaminiana, na au kujenga fikra za kuwepo kwa mtu mwenye hawara miongoni mwao.

(f) Furahi na kucheka na mwenzio

Hakuna raha kama kucheka na kufurahi pamoja na mtu unampendaye. Kama umeoa au kuolewa, hebu kumbuka siku ulipomkumbatia na kumbusu mwenzi wako kwa mara ya kwanza. Bila shaka mwili wako ulikusisimka, nywele zilikusimama na ulijisikia kama unayetaka kupaa mbinguni. Furaha ni dawa ya moyo, huongeza maisha na kufuta masumbufu ya dunia japo kwa muda. Na kama ilivyoelezwa katika sura zilizotangulia furaha na amani ni watoto mapacha. Ukiwa na furaha utajisikia amani, na ukiwa na amani utajisikia furaha.

Kwa hiyo kama furaha ipo katika nyumba, ni rahisi sana kwa ndoa kudumu, hata kama tendo la ndoa halifanyiki. Lakini pasipo furaha, ndoa huwa katika hatari ya kuanguka. Kwa ujumla, pasipo kicheko, hapana furaha, na pasipo furaha hapana Amani. Kwa sababu ya umuhimu wake, mtume Paulo aliwaandikia wafilipi kuwaambia *'Furahini katika bwana siku zote; tena nasema furahini'* (Wafilipi 4:4)..

Ili ndoa yenu iwe ya kupendeza ni lazima mfanye mambo yanayowapa furaha, na kicheko mara kwa mara. Tumieni muda wa kutosha kuongea mambo mazuri, yanayoamsha hisia za furaha, mapenzi na kicheko. Yanaweza kuwa mambo ya maana, au ya kitoto yanayowafanya mjisikie vijana kila siku. Haijalishi mna umri wa miaka 99 au 120, kama kuna jambo linalowafanya mfurahi, mcheke, na kukumbatiana kwa mapenzi, lizungumzieni barazani, chumbani au popote mnapoona panafaa; ili mradi hamvunji sheria au kumkosea Mungu.

Kuimarisha mapenzi na ukaribu wenu, shirikianeni kufanya mambo yanayowaunganisha na kuwaweka pamoja. Kama mwenzi wako anapenda kuogelea, wewe pia jifunze kuogelea ili nyote wawili muweze kuingia majini pamoja. Kama mwenzi wako anapenda kukimbia, kupanda milima, kuendesha baiskeli au kufanya jambo lingine lolote, shirikiana naye katika jambo hilo ili kukoleza chachu ya mapenzi na kupunguza msongo wa mawazo.

Kutokana na ukubwa wa familia, mila na destuli za kiafrika, mara nyingine inaweza kuwa vigumu kufanya mambo ya aina fulani mbele ya watoto. Hata hivyo hii isiwe sababu au kisingizio cha kukupunguzia furaha yako na mpenzio. Kama una fedha za kutosha, panga siku chache katika mwezi au mwaka utakazoweza kusafiri na mwenzio ili muweze kujifurahisha na kubadilisha mazingira. Si lazima mwende mahali pa gharama kubwa, maarufu au pa kushangaza, mnaweza kwenda mahali popote mnapomudu, ili mradi muondoke katika mazingira mnayoishi kila siku. Kama mnaishi mjini, mnaweza kuamua kuwatembelea ndugu, jamaa au marafiki wanaoishi kwenye kijiji chenye mazingira mazuri.

Mkiwa kijijini hapo mnaweza kutumia nafasi hiyo kutembea kando ya ziwa au bahari, kupanda milimani kuangalia mandhali ya nchi, kuvua samaki kwenye mto, kuendesha baiskeli na kadharika. Mnaweza pia kutumia muda huo mashambani, kununua mboga, vyakula au matunda yasiyopatikana mjini na kadharika. Kama mnaishi kijijini, mnaweza kutumia muda wenu kuwatembelea ndugu mjini, au kufikia hotelini japo kwa siku mbili au tatu kutegemea mfuko wenu. Jambo la msingi ni kubadilisha mazingira, na kuwa na wakati wa faragha nje ya nyumbani kwenu.

Pamoja na hayo, endeleza tabia ya kumbusu,

kumkumbatia, na kumshika mkono mpenzi wako mara kwa mara. Mazoea haya huwa ya kawaida wakati ndoa inapokuwa mpya, lakini huachwa baada ya watoto kuzaliwa, au miaka mingi ya kuwa pamoja. Ingawa watu wengi hawaoni umuhimu wa jambo hili, uchunguzi wa kitaalam unaonesha kuwa, wanandoa wanao kumbatiana mara kwa mara, kubusiana, na au kushikana mikono wanapotembea, hujenga ukaribu zaidi, kuliko wale wasiofanya hivyo. Mbusu mpenzi wako, na wala usione aibu kumwambia nakupenda.

(g) Fanya tendo la ndoa mara kwa mara

Mungu alipomuumba mwanamume na mwanamke, aliweka mbegu ya mvuto ndani yao, inayowafanya waone haja ya kufanya tendo la ndoa, kuzaa watoto, na kuijaza dunia. Tendo hili ni la baraka, takatifu na lina kibali cha BWANA. Yamkini tendo la ndoa, ndiyo kitu pekee kinachofanya watu wawili, wenye jinsia tofauti, waitwe mke na mume. Pasipo tendo la ndoa, uhusiano kati ya watu wawili wa jinsia tofauti huwa dada, mama, shangazi, binamu, ndugu au rafiki..

Kutokana na umuhimu wake katika ndoa, mtume Paulo aliwaandikia wakristo wa kwanza waliokuwa wakiishi Korintho kuwashauri akisema *"Lakini kwa sababu ya zinaa kila mwanaume na awe na mke wake mwenyewe, na kila mwanamke na awe na mume wake mwenyewe. Mume na ampe mkewe haki yake, na vivyo hivyo mke na ampe mumewe haki yake. Mke hana amri juu ya mwili wake, bali mumewe; vivyo hivyo mume hana amri juu ya mke wake, bali mkewe"* (1 Wakorintho 7:1-3). Paulo anasisitiza zaidi ujumbe wake katika waraka aliowaandikia waebrania kuwaonya *"Ndoa na iheshimiwe na watu wote, na malazi yawe safi; kwa maana waasherati na wazinzi Mungu atawahukumu adhabu"* (Waebrania 13:4)

Kumbe tendo la ndoa kwa watu waliooana si dhambi, wala uchafu, bali nit endo la baraka na neema, tena lina faida nyingi kimwili na kiroho. Baadhi ya faida hizo ni pamoja na kupunguza msongo wa mawazo, kuburudisha moyo, na kuleta hisia za msisimko na furaha. Wanandoa wanaofanya tendo hili mara kwa mara huwa na ukaribu zaidi, hukuza hisia za mapenzi kati yao, na kujenga tabia ya kusameheana.

Utafiti wa kisayansi pia unathibitisha faida nyingi za tendo hili. Wataalam wanaeleza kuwa, watu wanaofanya tendo la ndoa mara kwa mara (japo mara mbili au tatu kwa wiki) huwa na kiwango cha juu zaidi cha *immunoglobulin A* (IgA), kuliko wale wanaofanya mara chache. Tendo hili pia husaidia kupunguza shinikizo la damu, kuondoa maumivu ya mwili japo kwa muda, kuleta usingizi (kwa watu wenye matatizo ya kulala), na kupunguza kwa kiasi fulani uwezekano wa kupata saratani ya tezi dume (*Prostate cancer*). Tendo la ndoa pia huwasukuma wanandoa kufanya mazoezi na hivyo kuchoma *calories* nyingi, jambo linalosaidia kupunguza uzito na kuimarisha moyo.

Kwa sababu ya umuhimu wake katika nyumba, ni kosa kubwa kutumia tendo hilo kama silaha ya kumuadhibu mwenzi wako anapokosea, au anaposhindwa kukutimizia haja fulani. Tabia hii ni ya kawaida sana kwa wanawake, na hufanywa hata na baadhi ya wale wanaojisifu kwamba wameokoka, na au wanamfuata Kristo. Wenye mazoea haya, hufanya hivyo kwa kutaka kumkomoa mwanaume, kulazimisha mambo fulani, au kwa kupoteza hisia za mapenzi kwa mwanaume. Wapo pia wanaume wachache wanaokataa kulala na wake zao kwa lengo la kuwaonesha dharau, au kuwahakikishia kuwa wana uwezo wa kulala na wanawake wengine.

Kwa ujumla hakuna sababu yoyote ya msingi inayompa uhalali mke au mume kukataa kumridhisha mwenzi wake anapokuwa na uhitaji wa tendo la ndoa, isipokuwa ugonjwa, uchovu au makubaliano ya dhati. Tabia ya kunyimana ni kinyume na mafundisho ya Biblia (1 Wakorintho 7:3), na inaweza kusababisha madhara makubwa katika ndoa. Mke au mume anayenyimwa tendo la ndoa hujisikia unyonge, huhisi kudharauliwa, na au kukosa thamani kwa mwenzake. Sababu hizi zinaweza kumsukuma muathirika kujiingiza katika vitendo vya uzinzi, na au ulevi.

Ni vema basi mtu wa Mungu, ujifunze kufuata maelekezo ya biblia, katika kumridhisha mwenzi wako. Jadilianeni kwa muda, na kukubaliana wakati, na mahali panapofaa kufanya tendo hilo. Jizoeze kutanguliza maslahi ya mwenzi wako mbele ya maslahi yako. Kama ipo sababu ya haki ya kutofanya tendo la ndoa kwa wakati husika (kama uchovu, hedhi, hisia hasi) usilazimishe au kujilazimisha. Tanguliza mahaba mbele ya tendo. Mpe mwenzio muda wa kupata nafuu, kupumzika, na kujiandaa kwa ajili ya tendo hilo ili naye aweze kulifurahia. Utajisikia raha na furaha zaidi kama utajikita katika kushughulikia raha na furaha ya mwenzi wako kuliko kutaka kujiridhisha wewe tu.

(h) Walee watoto katika njia inayofaa

Malezi ya watoto ni suala la msingi katika ustawi wa familia kimwili, kiroho na kiakili. Msingi unaowawekea watoto wako leo ndio utakaofanya waje kuwa watii na wacha Mungu, au wavuta madawa ya kulevya, majambazi, na makahaba. Kwa kutambua ukweli huu mfalme Sulemani aliandika *"Mrudi mwanao, naye atakustarehesha; Naam atakufurahisha nafsi yako* (Methali 29:17), na akaongeza kusema *"Mlee mtoto katika njia impasayo. Naye hataiacha, hata atakapokuwa mzee"* (Methali 22:6). Kumbe ni jukumu lako kumlea mtoto katika njia ifaayo ili asije akaharibikiwa.

Malezi ya watoto yanajumuisha elimu ya msingi, mambo mbalimbali wanayotakiwa kufanya baada ya kutoka shule, michezo wanayocheza, na mafundisho ya neno la Mungu. Mambo haya licha ya kumuandaa mtoto kwa ajili ya maisha yake ya baadae, pia yanaweza kutoa mwanga wa mambo atakayofanya atakapokuwa mtu mzima. Kwa sababu hii Mungu anatuhimiza kuwafundisha watoto kuishi maisha ya usafi, na kuwajaza neno lake mioyoni mwao. Yeye anatuagiza akisema *"Maneno haya niliyokuamuru leo, yatakuwa katika moyo wako; nawe uwafundishe kwa bidi, na kuyanena uketipo katika nyumba yako, utembeapo njiani, na ulalapo, na uondokapo"* (Kumb 6:6-7). Kwa hiyo, wafundishe kumtii Mungu na kuheshimu wazazi (Kutoka 20:12)

Ni muhimu pia kuwashuhudia watu wa nyumbani kwako, mambo makuu Mungu aliyokutendea, katika maisha yako.

Waelezee majaribu mbalimbali uliyopitia wewe binafsi, wazazi wako, ndugu, na au watu wengine unaowafahamu, na jinsi Mungu alivyowashindia au kuwavusha kwa mkono wake wenye nguvu. Ushuhuda wa ina hii huwa na nguvu sawasawa na masimulizi yaliyomo kwenye Biblia, na humfanya mtoto atafakari kwa kina jinsi Mungu anavyoendelea kufanya kazi katika nyakati zetu.

Akiongozwa na roho wa Mungu mfalme Daudi aliandika *"Mambo tuliyoyasikia na kuyafahamu, ambayo baba zetu walituambia. Hayo hatutawaficha wana wao, huku tukiwaambia kizazi kingine, sifa za BWANA; na nguvu zake. Na mambo yake ya ajabu aliyoyafanya. Maana alikaza ushuhuda katika Yakobo. Na sheria aliiweka katika Israeli. Aliyowaamuru baba zetu wawajulishe wana wao"* (Zaburi 78:3–5). Kwa hiyo kama una watoto, waeleze kila jambo linalompa Mungu sifa, heshima na utukufu. Waeleze pia makosa mbalimbali uliyofanya ukiwa mdogo, jinsi yalivyo kusumbua, na hatua ulizochukua katika kujirekebisha au kusawazisha mambo.

Shetani anaweza kutumia mbinu mbalimbali kukuyumbisha, na au kukufanya usizingatie malezi ya watoto wako. Mojawapo ya mbinu hizo ni kukufanya ujione na shughuli nyingi kiasi cha kukosa muda wa kushughulika na wanao. Si ajabu siku hizi familia nyingi zimejizoea kutegemea wasichana na wavulana wa ndani (*House boy na house girl*) katika malezi ya familia nzima. Jambo hili si baya, kwani huwasaidia wanandoa wote wawili kufanya kazi na kuongeza kipato. Hata hivyo, kabla ya kuajiri mfanyakazi wa ndani, ni muhimu ujiulize kama kweli una ulazima wa kufanya hivyo, au unafuata mkumbo tu. Zingatia kuwa, kadri unavyoongeza idadi ya watu wanaoingia nyumbani kwako, kukaa, na au kupata habari zako za ndani, ndivyo unavyowapa urahisi maadui zako kukushambulia kwa mbinu mbalimbali.

Kwahiyo kama huna ulazima wa kuajiri mfanyakazi wa ndani, usifanye hivyo. Jizoeze kuwatunza watoto wako wewe mwenyewe. Kufanya hivyo kutakusaidia kujenga ukaribu zaidi na watoto wako, na pia kuwapa malezi wanayostahili. Kama ni lazima kuna ulazima wa kuwa na msichana au mvulana wa kazi za ndani, usimuokote mtaani. Tafuta mtu unayemjua, kutoka familia inayoaminika, na pia tafuta taarifa za tabia na mwenendo wake kabla ya kumpa jukumu la kumuachia nyumba, na kulea watoto wako. Hii itakusaidia kupunguza uwezekano wa kuajiri mtu atakayetesa watoto wako, kutoa siri zako za ndani, na hata kushirikiana na majambazi.

Jizoeze pia kufuatilia tabia, na mwenendo wa watoto wako wawapo shuleni, nyumbani, na mtaani. Kama watoto hao ni wakubwa kiasi cha kuweza kutoka peke yao, wajue marafiki zao, au watu wengine wenye mazoea ya kuongea au kucheza nao. Tambua maeneo na nyumba wanazopenda kutembelea, na aina ya michezo wanayocheza. Ni muhimu sana kufuatilia nyendo za watoto wako hasa wanapoanza kuchelewa kurudi nyumbani, na au kubadilika tabia. Usiogope kuwahoji, kuwaonya na hata kuwaadhibu pale inapobidi. Mfalme Sulemani aliwahi kushauri akisema *"Ujinga umefungwa ndani ya moyo wa mtoto; lakini fimbo ya adhabu itaufukuzia mbali"* (Methali 22:15).

Zaidi ya yote wakabidhi watoto wako kwa Mungu ili yeye awafundishe. Yeye ndiye mwalimu mkuu na bora kuliko wote. Anayeweza kuwajaza hekima, kuwaongoza, na kuwakinga na kila aina ya vishawishi vinavyowajia. Akizungumza kwa kinywa cha nabii Isaya Mungu anatuambia *"Na watoto wako wote watafundishwa na BWANA; na Amani ya watoto wako itakuwa nyingi"* (Isaya 54:13).

MAMBO YA KUEPUKA

(a) Kunung'unika kila wakati

Jiepushe na tabia ya kunung'unika kupita kiasi, na au kulaumu kila wakati. Tabia hii inaweza kumfanya mwenzi wako akuchoke mapema, aone kero ya kuzungumza nawe au kupanga mipango ya maendeleo, na ikibidi anaweza hata kutafuta visababu vya kutokuwepo nyumbani kila wakati anaojua utakuwepo. Wanaume wengi walioingia katika ulevi na uzinzi, hudai wamejikuta katika hali hiyo kwa sababu ya kukimbia makelele, na visa wanavyofanyiwa na wake zao majumbani.

Kama mwenzako akikosea jambo usimlaumu au kumfokea. Ongea nae kwa upole ili kupata suluhu ya tatizo lililojitokeza. Unapolalamika au kunung'unika kila wakati unaonesha kutoridhishwa na jitihada za mwenzi wako, na ni dalili ya kukosa shukrani. Kumbuka wengi wa wana wa Israeli hawakufika katika nchi ya ahadi kwa sababu ya kumnung'unikia Mungu (Kutoka 16).

(b) Ubinafsi

Epuka kujipendelea au kujiona wewe ni bora kuliko mwenzako. Kila jambo unalopanga mfikirie mwenzio, na fanya kwa faida yenu wote wawili. Kumbuka Mungu alipowaunganisha katika ndoa takatifu amewafanya kuwa mwili mmoja. Onesha kutambua umoja huo kwa kutanguliza maslahi ya mwenzio.

Baadhi ya mambo ya mambo unayopaswa kufanya ili kujiepusha na ubinafgsi, ni pamoja na kuwapa heshima na haki sawa wazazi, ndugu, na jamaa wa pande zote mbili. Ndoa nyingi huingia kwenye matatizo kwa sababu ya malalamiko ya wazazi wanaohisi kudharauliwa na mke au mume. Kwa usalama wa ndoa yako kumbuka kumtendea mwenzio yale upendayo kutendewa nawe (Mathayo 7:12)

(c) Kusema uongo

Usitumie maneno ya uongo katika kujitetea au kutaka uonekane mzuri. Kufanya hivyo kunaweza kukutia katika matatizo makubwa zaidi, au mtego utakaoshindwa kujiokoa. Kama umekosea omba radhi kwa upole na kueleza kitu kilichopelekea kufanya kosa. Kama inawezekana sawazisha kosa lililofanyika, na ahidi kuwa muangalifu.

Vilevile jizoeze kusema ukweli kila unapoweka miadi, kupanga mikakati, na kushughulikia mambo ya familia. Mara nyingi wazazi husahau kwamba hata watoto wenye umri mdogo wanao uwezo wa kutambua maneno ya kweli na ahadi za uongo. Ukijizoeza kusema uongo mbele ya watoto, itakuwia vigumu kuwaonya au kuwaadhibu kwa kosa hilo.

Kumbe ni vema kuwaambia wanao ukweli kuhusu jambo usilolimudu, kuliko kuwapa ahadi ya uongo ili kuwaridhisha.

(d) Unafiki

Epuka tabia ya unafiki, na usikubali kumburuza mwenzi wako kiasi cha kumfanya akupende au kukuheshimu kinafiki. Ni afadhari ujue udhaifu alionao mwenzi wako, na kuubeba kwa upendo, kuliko kujiridhisha au kumridhisha kwa unafiki.

Pengine utajiuliza unafiki ni nini? Unafiki ni utovu wa ukweli katika mwenendo, wenye lengo la kujipatia sifa au kumridhisha mtu (au kikundi cha watu) kwa lengo la kupata maslahi fulani. Mtu mwenye tabia hii huweza kusema ndio kwa jambo analolipinga ili mradi amridhishe mwenzie, lakini kwenye utekelezaji akafanya kinyume na makubaliano. Utafiti uliofanywa katika sehemu mbalimbali, unaonesha asilimia kubwa ya wanawake, wanaoishi na wanaume wenye mfumo dume, hujikuta wamedumbukia katika shimo la unafiki kwa kuogopa kugombezwa, kupigwa, na au kudharilishwa mbele za watu. Hofu huwafanya washindwe kusema hapana kwa neno lolote wanaloamuliwa, hata kama hawakubaliani nalo.

(e) Wivu wa kupindukia

Waswahili husema wivu ni dalili ya mapenzi na uthamini. Mtu anayependa lazima alinde na kutetea haki yake ya kupenda na kupendwa, na au umiliki wa kitu anachokipenda. Hisia hizi ni za kawaida na hazina madhara yoyote katika ndoa. Yamkini ni watu wachache sana wasioonesha dalili ya wivu hata kidogo. Biblia inatuambia hata Mungu ana wivu kwa watu wake, hapendi tuabudu Miungu mingine, au kumfuata shetani, ibilisi (Kutoka 20:5).

Kwa ujumla, wivu ukiwa katika kiwango cha kawaida ni mzuri, na unaongeza chachu ya mapenzi. Mwenzi wako anaweza kujisikia raha kuona una hisia chanya juu yake kiasi cha kumuonea wivu. Lakini tabia hiyo inapozidi kupita kiasi inaweza kusababisha kero, magomvi yasiyokwisha, na hata kuvunjika kwa ndoa. Wivu unaweza kukupa vidonda vya tumbo, kutojiamini, kukupandisha hasira bila sababu, kupoteza muda kwa kumfuatilia mwenzi, na hata kusababisha upate ugonjwa wa moyo.

Mbaya zaidi, wivu unaweza kukufanya ufanye mauaji, ujeruhi, na au ufanye vitendo vya kumdharilisha mwenzi wako na au kujidharilisha wewe mwenyewe. Janga hili huwakuta sana wanaume na wanawake wanaoamua kujichukulia sheria mkononi, kwa kupigana na watu wanaowahisi vibaya. Wengine hufikia hata kukodisha majambazi ili wawadhuru watu wanaohisi wanatembea na wenzi wao. Tumia busara. Usikubali shetani akumalize kwa sababu ya wivu wa kijinga.

(f) Kutoa vitisho
Epuka tabia ya kutoa vitisho kwa mwenzi wako wa ndoa, na hasa kutumia maneno kama **ondoka**, nenda kwenu, nitakufukuza, usinibabaishe nitaondoka, au **nipe talaka**. Maneno haya si mazuri na haifai kumtamkia mwenzi wako hata kama ni kwa utani. Tabia ya kutishia kuondoka, au kutoa talaka inaonesha kutokomaa ki akili, kukosa msimamo, na uhuni.

Inapotokea kutoelewana miongoni mwenu, chukua hatua stahiki zinazopaswa kufuatwa na mtu anayejiheshimu na kumjua Mungu. Ongea na mwenzi wako kwa upole. Kama jambo lililotokea limekufanya wewe au mwenzi wako awe na hasira, msilizungumze kwanza, subirini mpaka hasira itakaposhuka ili muweze kujadiliana vema na kufanya maamuzi sahihi.

(g) Kutoa siri za ndani
Mambo yote yanayofanyika au kuzungumzwa chumbani kati yako na mwenzi wako wa ndoa ni siri yenu. Tunza mambo hayo kama hazina iliyofichwa ili iweze kutumika wakati wa shida. Kama huna sababu yoyote ya maana, usimueleze mtu mwingine matatizo yenu, hata kama mtu huyo ni nduguyo, au rafiki yako mpenzi. Katika zama hizi za *digital* ni rahisi sana kwa mtu unayemueleza kukurekodi na kusambaza mambo yako dunia nzima katika muda wa sekunde moja. Kumbuka,

watu watakuheshimu zaidi, kama hawajui matatizo na au magomvi uliyonayo ndani mwako. Isitoshe, hakuna ndoa iliyo kamilika kwa asilimia mia.

Jiepushe pia na tabia ya kurekodi video za mambo yasiyofaa na kuzihifadhi, au kutuma katika mitandao ya kijamii. Tabia hii hufanywa zaidi na wanandoa wapya, na wenye umri mdogo kwa kudhani vitendo hivyo vinawapa furaha na au umaarufu. Vijana hawa husahau kuwa miaka michache ijayo watakuwa wazee wenye familia na picha zao chafu zitakuwa bado zinapatikana kwenye mitandao ya kijamii. Usikubali kujidhalilisha. Tunza heshima yako na ya mwenzi wako wa ndoa. Ushabiki wa kitoto au furaha ya muda isikufanye udharaulike, na au kuwatia simanzi watoto utakaowazaa baadae, ndugu, marafiki na jamaa wanaokuheshimu. Kumbuka kujijengea heshima ni kazi kubwa, na tena inayochukua muda mrefu.; lakini kupoteza heshima ni kazi ndogo isiyogharimu hata sekunde kumi. Tunza heshima yako nay a umpendaye.

SARA

Baba mwenyezi mwenye huruma, naikabidhi familia yangu mikononi mwako; Uitunze, uilinde, uiongoze na kuibariki. Nakuomba, rehema na fadhiri zako ziambatane nayo siku zote. Katika jina la Yesu.
Amen.

Mpendwa Wako Akiaga Dunia

Lakini ndugu hatutaki msijue habari zao
Waliolala mauti msije mkahuzunika
Kama wasio na imani
(1 Wathes 4:13)

Hakuna jambo linalo huzunisha na kuvunja moyo kama kifo, cha mtu unayempenda. Mwenzi wako wa ndoa, mtoto, mzazi, rafiki, au mtu yeyote unayemfahamu anapoaga dunia, huacha pigo kubwa, na pengo lisiloweza kuzibika kirahisi. Yamkini, hakuna kitu chochote, kinachoweza kufidia thamani ya uhai wa mtu unayempenda. Ni kwa sababu hii, mtu mwenye upendo, huwa tayari kupoteza kila kitu alichonacho ili kumuhudumia, au kulipa gharama za matibabu ya mtu anayempenda, hata kama anajua uwezekano wa mtu huyo kupona ni mdogo. Kifo kinatisha, kinahuzunisha, na kinaweza kuleta athari kubwa katika maisha ya mtu, kutegemea imani yake, ukaribu, na au utegemezi wake kwa marehemu.

Pamoja na utisho wake, hakuna sababu yoyote ya

kukiogopa kifo, kwani Yesu Kristo amekwisha kutushindia vita vya kaburi na mauti, na kutuweka huru. Ni kweli, mwili ulionao utakufa, na kurejea mavumbini ulikotoka; lakini roho yako, na zile za wapendwa wako zitaishi. Naam, kwa sababu zinayo ahadi ya kurithi uzima wa milele. Ni kwa sababu hii mtume Paulo alikuwa na ujasili wa kusema *"Ku wapi, ewe mauti, kushinda kwako? U wapi, ewe mauti uchungu wako? Uchungu wa mauti ni dhambi, na nguvu za dhambi ni torati. Lakini Mungu na ashukuriwe atupaye kushinda kwa Bwana wetu Yesu Kristo* (1 Wakorintho 15:55-57).

Yapo mambo makuu mawili unayopaswa kuyazingatia, ili kifo kisiwe kitu cha kukukosesha amani katika maisha yako. Jambo la kwanza, ni kuwa na hakika ya maisha baada ya kifo, yaani ufufuo wa wafu, na uzima wa milele (Yohana 14:2). Siku zote kumbuka kuwa, kwa kumpokea Yesu Kristo moyoni mwako, umefanyika kuwa mwana wa Mungu, na mrithi wa ufalme wa mbinguni, hivyo unao uzima wa milele. Kwa hiyo huna sababu ya kuwa na wasiwasi eti ukifa leo, au kesho itakuwaje, au utakwenda wapi. Tayari kwa Imani unao uhakika wa kufufuliwa, na kuishi katika makao ya milele mbinguni. (Yohana 11:25). Jambo hili pia linawahusu wapendwa wako, waliokubali kumpokea Yesu, na kuishi maisha ya utakatifu, kwa mujibu wa maandiko matakatifu.

Jambo la pili, ni imani na matumaini kuwa Mungu tunayemuabudu, anaweza mambo yote; na ndiye kimbilio lako nyakati za tabu na raha. Yeye hutupa pumzi ya uhai bure, ulinzi, riziki ya kila siku, furaha, amani, na kukuwezesha kufanikiwa katika mambo yako. Yamkini pasipo nguvu, rehema, na fadhiri zake, hakuna jambo lolote unaloweza kulifanya. Kwa kutambua umuhimu wa nguvu za Mungu katika maisha yetu, mfalme Daudi alimsifu BWANA kwa zaburi akiimba *"BWANA ndiye mchungaji wangu, sitapungukiwa na kitu"* (Zaburi 23:1).

Ingawa maneno haya yaliimbwa na mfalme Daudi, kama tukuzo, kwa BWANA Mungu wa Israeli, unaweza kuwa na hakika kuwa **hii** ni ahadi ya Mungu inayokufikia kwa kinywa cha mtumishi wake (Daudi) kama zilivyo ahadi nyingine nyingi ulizozipokea kwa vinywa vya mitume na manabii. Hivyo wewe pia unayo haki, na kila sababu ya kusema, *"BWANA ndiye mchungaji wangu, sitapungukiwa na kitu."* Na kama Bwana ndiye mchungaji wako, **amini**, kuwa hutapungukiwa na kitu katika maisha yako. Hata kama umempoteza mpendwa wako, au mtu mwingine unayekuwa ukimtegemea, Mungu anakuahidi kwamba hutapungukiwa na kitu. Hii ina maana hutapungukiwa furaha katika maisha yako, hutapungukiwa amani, hutapungukiwa ulinzi, hutapungukiwa riziki katika nyumba yako, na wala hutapungukiwa mahitaji mengine ya kimwili, kiroho na kiakili. Naam, kwa kuwa BWANA Mungu wa majeshi, aliyekuumba, na kuzifanya mbingu na nchi ndiye mchungaji wako.

Jambo pekee unalotakiwa kufanya, ni kutambua nguvu za Mungu katika maisha yako, na kuamini kuwa yeye ndiye anayekuwezesha katika kila jambo; na si mtu mwingine yeyote. Kufanya hivyo kutakusaidia kuelekeza akili, na mategemeo yako kwake, badala ya kukata tamaa, kwa kuwa mtu uliyekuwa ukimtegemea ameaga dunia. Mungu mwenyewe anatuonya kwa kinywa cha nabii Yeremia akisema *"Amelaaniwa mtu yule amtegemeaye mwanadamu, Amfanyaye mwanadamu kuwa kinga yake, na moyoni mwake amemwacha BWANA"* (Yeremia 17:5). Kumbe, ingawa Mungu anatambua utegemezi wa mtoto kwa wazazi wake, na au utegemezi wa wanandoa kati yao, bado anatuonya tusisahau chanzo kikuu cha mema na fadhili tunazozipata maishani mwetu, ambacho ni yeye mwenyewe.

Ingawa ni jambo la kawaida kusikitika, na kuomboleza tunapopoteza wapendwa wetu, lakini tunapaswa kufanya hivyo kwa kiasi, pasipo kumkufuru Mungu, au kusahau kuwa yeye ndiye mfadhili wako mkuu. Kama ukipoteza mwenzi wako wa ndoa, bila shaka utahisi kuvunjika moyo, kwa sababu yeye ni ubavu wako, chanzo cha furaha katika nyumba yako, na mlezi mwenza wa familia yako. Hata hivyo usisahau kuwa Mungu anafahamu hali yako, hivyo yuko tayari kukufariji na kukuponya majeraha ya moyo wako ukikubali kumpa nafasi.

Tatizo shetani naye anajua hali uliyonayo, na anatamani

kujiinua kwa kutumia nafasi hiyo ili kuangushe dhambini. Yeye ni baba wa uongo, hivyo anaweza kukuingizia mawazo mengi yasiyofaa ili kukuchonganisha na ndugu, jamaa, na marafiki zako, au kutengeneza uadui kati yako na Mungu. Simama imara, wala usikubali kutetereka. Mshirikishe Mungu matatizo yako yote, na kumuomba akuongoze katika kila hatua ya maisha yako. Yeye anaweza kukufariji, na kukupa amani ya rohoni. Zingatia kwamba ni yeye aliyekupatia mwenza wako, na kuwaunganisha kuwa mwili mmoja (Methali 19:14), hivyo anao uwezo wa kukufariji, kukuponya, na kukurudishia furaha uliyopoteza kwa kufiwa (Yoeli 2:25).

Kama umepoteza mtoto au mzazi, bila shaka utakuwa katika majonzi makubwa yasiyoweza kuelezeka. Kwa kawaida wazazi hutegemea kuzikwa na watoto wao, na si wao kuzika watoto. Inapotokea mtoto kufariki, wazazi hupatwa na mshituko mkubwa unaoweza kuathiri afya ya mwili, roho na akili. Kama ukipatwa na msiba wa aina hii kumbuka ni Mungu pekee anayeweza kukusimamia, na kukupa faraja ya kweli. Mshirikishe katika maumivu yako, huku ukiendelea kumshukuru kwa kila jambo. Amini, kwamba yeye anaweza kuiponya roho yako, na kukuondolea majonzi. Muite, naye atakuitika; yeye ni Mungu wa wote wenye mwili, na hakuna jambo gumu, lolote, asiloliweza (Yeremia 33:3).

Zaidi ya yote, Mungu anakujua kuliko mtu mwingine yeyote. Anajua udhaifu wako, na uchungu ulionao kama mzazi. Miaka mingi iliyopita yeye pia alimuona mwanawe wa pekee, Yesu Kristo, akiteswa, na kufa msalabani, kwa ajili ya dhambi zetu (Yohana 3:16) Ni dhahiri kuwa, kifo hicho kilimuuma mno, kama mzazi yeyote anavyoumia anapoona mwanawe akiteseka na kufa. Kumbe unayo kila sababu ya kumwendea Mungu ukiwa na ujasiri wote, ukiwa na hakika kwamba atakusikiliza, na kukusaidia.

Yapo mambo mengi, yanayoweza kujitokeza kufuatia kifo cha mpendwa wako. Pamoja na wingi huo, jambo la kwanza huwa ni hisia za mshituko na maombolezo ya kufiwa. Hisia hizo, zinaweza kukufanya ushikwe na uchungu usioelezeka, na hivyo kujisikia kubanwa koho, kushindwa kupumua vizuri, kupata maumivu ya kichwa, tumbo na mgongo, na mara nyingine hata kuugua mafua (makamasi) makali, kushindwa kula chakula, kuishiwa nguvu za mwili na au kushindwa kusimama, na (kwa wanawake) kuingia katika hedhi kabla ya siku za kawaida.

Pamoja na athari hizi zinazoonekana kimwili, pia unaweza kuathirika kiakili, na kujikuta ukishindwa kufikiria vizuri, au kupanga mambo sawasawa, kuona vitu vya ajabu, na au kumuona mpendwa wako aliyefariki, kushindwa kuhamisha fikra zako kutoka kwa marehemu ili ufikirie vitu vingine, kukosa usingizi, au kuota ndoto za kutisha, na kushindwa kufanya kwa usahihi mambo uliyozoea kuyafanya. Hisia za namna hii, ni za kawaida kwa mtu aliyefiwa, au kufikwa na mambo magumu, na haziwezi kuzuilika, au kuepukika kwa urahisi.

Watu wengine wanapofiwa na mtu wa karibu huzama katika dimbwi kubwa la mawazo linalowafanya wawaone wapendwa wao barabarani, ndani ya nyumba zao, au katika maeneo mbalimbali wanayotembelea. Mara nyingi watu wanaofikwa na hali hii hutahayari, na kuingiwa na hofu kuu kwa kudhani wameona mizimu, au mpendwa wao amechukuliwa msukule.

Matukio ya aina hii, ingawa ni ya kawaida, na yenye maelezo ya kisayansi, ni chanzo kikubwa cha imani za kishirikina. Hali kama hiyo ikikutokea usitahayari, wala kukimbilia kwa waganga wa kienyeji. Tuliza akili yako, na muombe Mungu akusaidie kukuondolea maluweluwe hayo, yanayo sababishwa na utendaji wa ubongo wako tu.

Unapokuwa katika maombolezo usikubali kubanwa na mila, au taratibu za maombolezo zilizozoeleka katika jamii; iruhusu roho yako ikuongoze kuomboleza. Kama unajisikia kulia usijizuie, yaruhusu machozi yabubujike ili kuondoa dukuduku ndani yako. Kama unajisikia kuimba, au kusema maneno ya maombolezo, fanya hivyo bila kuona aibu, au kumuogopa mtu yeyote. Kufanya hivyo, kutakusaidia kwa kiasi fulani, kupunguza fundo la uchungu, lililokaba roho yako.

TUFANI INAPOVUMA – UWE NA AMANI

Watu wengine hudhani eti, mtu anayelia kwa sababu ya kufiwa, hana imani (kwa kuwa kifo ni mapenzi ya Mungu). Mawazo haya ni potovu, na hayana ushahidi wowote wa kimaandiko. Biblia inatoa mifano ya manabii, na watakatifu wengi, waliolia na kuomboleza, kwa sababu ya vifo vya wapendwa wao. Baadhi ya watu hao ni pamoja na Daudi, aliyemlilia mfalme Sauli, japokuwa mfalme huyo alikuwa akitaka kumuua (2 samuel 1:1-12), Wanawake wa Israeli waliomlilia Yesu alipokuwa akienda kusurubiwa (Luka 23:38), na Yesu Kristo, aliyelia na kuomboleza, kwa ajili ya kifo cha rafiki yake Lazaro, ingawa alikuwa akijua atamfufua (Yohana 11:33 – 35). Kwa hiyo kama unajisikia kulia, au watu wa karibu yako wanalia na kuomboleza, kwa ajili ya msiba uliowapata, usijisikie unyonge. Acha roho yako ikuongoze katika hilo, kwani kila mtu ana namna yake ya kuomboleza.

Yapo pia makabila mengi yanayofanya maombolezo ya kimila, tofauti na yale yaliyozoeleka na mataifa mengi. Baadhi ya maombolezo hayo, hujumuisha uimbaji wa nyimbo, uchezaji wa ngoma za asili, muziki wa dansi na mengineyo. Pamoja na utofauti wake, mambo haya pia yanafaa sana katika kupunguza uchungu, na kuleta faraja kwa wafiwa. Kama wewe ni mmojawapo wa watu wenye mila hizo, usiogope kuomboleza nao, kama unaona kufanya hivyo kutakupunguzia majonzi. Kwa ujumla hakuna ubaya wowote kuimba nyimbo, kucheza ngoma, au muziki wakati wa msiba. Ili mradi ngoma, au muziki huo hauhusishi matambiko ya jadi, ibada za mizimu, na au vitendo vya ngono nzembe, uasherati, na mambo mengine yaliyo kinyume na mapenzi ya Mungu, au uvunjaji wa sheria za nchi.

Pamoja na kuomboleza kwa vilio, au ngoma, nyimbo, na muziki kulingana na mila au tamaduni za kwenu, ni muhimu sana uendelee kusimama katika imani, ukitambua kuwa faraja ya kweli, inapatikana kwa Mungu aliye hai. Tumia muda mwingi kumuabudu, na kumsifu Mungu, kusoma, na kuyatafakari maneno yake, na kufanya maombi ya mara kwa mara. Zingatia kuwa, maombi na Neno la Mungu yana nguvu ya pekee, inayoweza kukusaidia kuupokea msiba uliokupata kwa imani na shukrani.

Kipindi cha maombolezo kinaweza kuwa kifupi, au kirefu kutegemea mila na desturi za kabila, au mahali unapoishi. Kutokana na kuingiliwa kwa mila na ustaarabu wa kigeni, makabila mengi ya kiafrika, siku hizi hufanya maombolezo kwa siku tatu, au saba tu baada ya mazishi ya marehemu. Utaratibu huu ni mzuri, kwani husaidia kupunguza gharama za wageni, na huwaruhusu watu kuendelea na shughuli zao za kiuchumi na kijamii mapema. Yapo pia makabila yanayofanya maombolezo kwa siku arobaini, miezi mitatu na hata mwaka mzima baada ya mazishi. Urefu wa maombolezo hayo huwasaidia wafiwa kujijenga upya, na kurejea katika maisha ya kawaida chini ya uangalizi. Hata , maombolezo ya namna hii huongeza gharama kubwa kwa wanandugu, na mara nyingine huchelewesha uponaji wa mioyo ya wafiwa.

Jitahidi sana usifungwe na mila zitakazokufanya uishi kwa majonzi na maombolezo kwa muda mrefu. Badala yake, jikite katika ibada na maneno ya faraja yatakayokufanya ujisikie vizuri, na kupata amani ya rohoni. Kimsingi ni bora ubaki peke yako, au na watu wachache tu, mkiendelea kufarijiana kwa neno la Mungu, na matendo ya huruma; kuliko kukaa na kundi kubwa linaloweza kukuingiza katika ibada za sanamu, au kukukumbusha mambo ya kuhuzunisha.

Biblia inatoa mfano wa mfalme Daudi, ambaye alipokuwa akiuguliwa na mwanawe, alifanya jitihada za kila namna ili Mungu amponye na kumnusuru na mauti. Mfalme huyo aliacha kulala kitandani, akavua nguo zake za thamani na kuvaa magunia, na akaacha kula chakula ili kuonesha unyenyekevu wake kwa Mungu. Pamoja na maombi hayo, Mungu hakuridhia kumponya mtoto huyo, ambaye Daudi alimpata dhambini. Jambo la kushangaza ni kuwa, mtoto huyo alipokufa, mfalme Daudi alioga, akavaa nguo zake za kifalme, akasali kumshukuru Mungu, na kisha akakaa mezani kula chakula, kana kwamba hakuna jambo baya lililotokea.

Watumishi wake walipomuuliza sababu ya kuacha kuomboleza, baada ya mwanawe mpenzi kufa, mfalme Daudi aliwajibu *"Mtoto alipokuwa hai, nalifunga, nikalia, kwa maana*

TUFANI INAPOVUMA – UWE NA AMANI

nalisema, ni nani ajuaye kwamba BWANA *atanihurumia, mtoto apate kuishi? Lakini sasa amekufa nifungie nini? Je!* Naweza *kumrudisha tena? Mimi nitakwenda kwake, lakini yeye hatanirudia mimi"* (2 Samuel 12:22-23). Wewe pia, kama ukiona inafaa, unaweza kuiga kielelezo cha mfalme huyu katika maombolezo yako. Omboleza kwa dhati huku ukimruhusu Mungu akufariji na kukuongoza, baadala ya kujiminya na desturi zinazofanya uumie zaidi.

Upo pia uwezekano mkubwa wa kukumbwa na hisia za majuto, au kujilaumu kwa kutofanya mambo kadhaa ambayo unafikiri yangeweza kumuokoa mpendwa wako. Pengine unaweza kufikiria "Ningempeleka hospitali bora, ya gharama zaidi angeweza kupona" au "Kwa nini sikumfanyia jambo hili au lile kabla ya kufa." Hisia za namna hii ni za kawaida, na huwapata watu wengi, lakini jitahidi zisiote mizizi katika kichwa chako.

Ni kweli kwamba yapo mambo fulani ambayo kwa ubinadamu wetu tunaweza kuyafanya ili kupunguza uwezekano wa kutokea mambo mabaya. Kama una uwezo mkubwa wa kifedha ni vizuri kumpeleka mpendwa wako katika hospitali yenye huduma bora, na au madaktari bingwa, kwani huo ni wajibu wako. Lakini ni muhimu pia kukumbuka kuwa, kufanya hivyo hakuhakikishi uzima wa mtu, au kunusurika na mauti. Uwepo wa roho katika mwili, hautegemei madaktari wanao muhudumia, madawa anayotumia, au ukubwa wa hospitali anayotibiwa; bali maamuzi ya Mungu aliyetuumba.

Kwa hiyo, hata kama kuna mambo ulishindwa kumtimizia mpendwa wako aliyeaga dunia, tambua si wewe uliyesababisha kifo chake, na wala huna uwezo wa kuzuia kifo cha mtu yeyote. Ni Mungu pekee mwenye uwezo wa kuamua nani aendelee kuishi, na nani arudi nyumbani (mbinguni). Kama Mungu angependa mpendwa wako aendelee kuishi, bila shaka angeweza kumuepusha na mauti pasipo msaada wako, au angekuwezesha kuyatekeleza yale yanayokufanya ujilaumu kwa kutoyafanya. Kumbe ni vema kumshukuru, na kumtukuza Mungu kwa kila jambo, maana yote ni mapenzi yake (Waefeso 5:20).

Ukiwa katika maombolezo, bila shaka watu wengi watajitokeza kukupa pole, kukuombea, kukusaidia, na kukupa ushauri wanaoamini utakusaidia kimaisha, au kukupunguzia majonzi. Kwa ujumla, hakuna ubaya kusikiliza ushauri wa ndugu, au marafiki zako, na kuufuata. Hata hivyo inakupasa uwe mtulivu kimwili, kiroho na kiakili, ili uweze kuchuja unayoambiwa, kupokea ushauri unaofaa, na kuutupilia mbali ule unaoweza kukuletea madhara baadae. Usikurupuke kufanya maamuzi makubwa, na ya haraka kuhusu mali, watoto na mambo ya familia, wakati ukiwa katikati ya maombolezo, na au kuvutwa na ushawishi wa mtu yeyote. Jipe muda wa kutulia, kutafakari, na kuomba msaada wa roho mtakatifu.

Kama kuna mambo muhimu, yanayohitaji maamuzi ya haraka, wakati ukiwa katikati ya maombolezo, yashughulikie kwa umakini, na tahadhari kubwa. Ukiletewa nyaraka zozote zinazohusu mikataba ya biashara, mali, bima ya maisha, au mambo mengine muhimu, usikubali kuidhinisha (kusaini) bila kusoma, au kuelewa kilichoandikwa. Kama huelewi, au huna uhakika na kinachoelezwa katika nyaraka hizo, muombe muhusika akupe muda wa kushughulikia jambo hilo baada ya maombolezo, au omba msaada wa kitaalam kutoka kwa mwanasheria (wakili), mchungaji wako, au mtu mwingine yeyote unayeamini anaweza kukusaidia.

MAMBO YANAYOWEZA KUKUSAIDIA

Kwa ujumla, hakuna mtu yeyote, anayeweza kujigamba kwamba anao uzoefu wa kufiwa, kukabiliana na misiba, au kutoa suluhisho kamilifu la namna ya kupokea au kushughulika na kifo cha mpendwa wako. Kila kifo hutokea kwa namna tofauti, mazingira tofauti, kwa watu wa kariba, mila, imani, na elimu tofauti, na mara nyingine katika hali inayoleta utata. Kwa sababu hizi, si rahisi kuwa na suluhisho moja, linalofaa kwa kila hali, au kila msiba. Hata hivyo, yapo mambo ya jumla, ambayo kama ukiyafuata, yanaweza kukusaidia kwa namna moja, au nyingine kuukabili msiba uliokupata.

(a) Kubali msiba uliokupata na kuupokea

Kifo cha mwili, ni sehemu ya maisha ya mwanadamu. Mara tu baada ya Adam na Hawa kumkosea Mungu katika bustani ya Eden, Mungu alimwambia Adam *"Kwa jasho la uso wako utakula chakula, hata utakapoirudia ardhi, ambayo katika hiyo; kwa maana u mavumbi wewe, nawe mavumbini utarudi"* (Mwanzo 3:19). Kwa hiyo kila mwanadamu aliyezaliwa na mwanamke, atakufa na kurudi mavumbini alikotoka. Hili ni jambo la hakika na haliwezi kubadilika. Pamoja na kifo, yapo mambo mengine mengi yanayoweza kutusumbua kimwili, kiroho na kiakili. Ndiyo maana Yesu alituambia *"Ulimwenguni mnayo dhiki; lakini jipeni moyo, mimi nimeushinda ulimwengu"* (Yohana 16:33). Pamoja na ukweli huu bado watu wengi wanapofiwa, hujikuta wakikataa kuikubali hali halisi, jambo linalompa mwanya ibilisi, kuwajaribu kwa mambo mengi.

Kama umempoteza mpendwa wako, kubali kwamba amemaliza jukumu alilokuja kulifanya hapa duniani. Mungu amempumzisha, na siku moja wewe pia utamfuata huko aliko. Mshukuru Mungu, kwa kukupa nafasi ya kuwa mmoja wa watu waliokuwa na ukaribu, undugu, au urafiki na marehemu, na ikiwezekana toa sadaka ya shukrani kwa kadri unavyoona inafaa. Usisahau kuwa, ni neema ya Mungu pekee, inayotuwezesha kuwa na mwenzi wa ndoa, watoto, ndugu, jamaa au marafiki. Kwa sababu hiyo ni wajibu wetu kumtukuza Mungu, badala ya kumnung'unikia pale misiba inapotukuta.

(a) Shughulika na watoto wako

Watoto huwa waathirika wakubwa zaidi, wa vifo vya wazazi na au ndugu zao. Mara nyingi kifo cha mzazi mmoja kinapotokea, ndugu hushindwa kuwaambia watoto ukweli wa kilichotokea, na wengine huweza hata kuwahamishia kwa ndugu au jamaa zao ili wasishuhudie maombolezo yanayoendelea. Ndugu na marafiki wanaofanya hivi hudhani kitendo hicho huwapunguzia machungu, na au kuwaokoa wasiathirike kisaikolojia.

Ingawa tabia hii ni ya kawaida kwa watu wengi, haifai kwa afya ya mtoto aliyefiwa na mzazi, au mtu wa karibu. Kitendo cha kutompa mtoto maelezo kuhusu kifo cha mzazi, au ndugu yake, kina madhara makubwa kwa afya ya mtoto, kuliko kumwambia ukweli, na kumshirikisha katika hatua zote za maombolezo. Mtoto aliyetengwa, au kufichwa habari za kifo cha mzazi au ndugu, huwa na maswali mengi, yasiyojibika kuhusu mahali alikokwenda mpendwa wake, na huweza kumfanya aendelee kuwa na mategemeo ya kumuona tena mtu huyo.

Kwa hiyo jambo linaloweza kuwasaidia zaidi watoto waliofiwa, ni kuwaambia ukweli wa msiba uliowapata. Kama inawezekana waeleze habari hiyo wakiwa nyumbani, katika mazingira salama, na wakiwepo ndugu wengine, au jamaa wanaoweza kutoa msaada mtoto anapozidiwa. Tegemea vilio na purukushani zisizo za kawaida, kwani kama ilivyo kwa watu wazima, watoto pia huweza kuomboleza kwa namna tofauti. Wapo wanaolia kwa muda mrefu, kushindwa kula, na kufanya vitendo vingine visivyo vya kawaida kama kujitupa chini, kukaa kimya kwa muda mrefu, kujitenga na watu, kukataa kucheza na watoto wenzao na kadharika. Mambo haya ni ya kawaida lakini yanapaswa kuangaliwa kwa ukaribu.

Kama mtoto akionekana kukaa kimya kwa muda mrefu kupita kiasi (hata pale anaposemeshwa) inawezekana amekumbwa na mshituko unaoweza kuwa umeathiri akili yake. Mtoto huyu anapaswa kupelekwa kwa wataalam wa afya ili waweze kumfanyia uchunguzi, na kumpa ushauri nasaha. Ni muhimu pia kuwa karibu na mtoto anayesema, au kuonesha dalili za kutaka kujidhuru. Ingawa takwimu zinaonesha matukio machache ya watoto kutaka kujiua kwa sababu ya kufiwa, bado jambo hilo linaweza kutokea, hivyo haifai kudharau.

Mnapokuwa katika kipindi cha maombolezo, ni muhimu kuongeza upendo, na ukaribu kwa watoto, ili wafarijike, na kupokea uponyaji wa majeraha ya mioyo yao. Onesha upendo kwa kuongea nao kwa upole, kula nao chakula, kuwakumbatia, na kuwasikiliza matatizo yao. Kama wanajisikia kucheza na wenzao, kuangalia sinema, au kufanya mambo mengine ya kuwafurahisha, waruhusu kufanya hivyo. Mara nyingine, wazazi na ndugu huwazuia watoto kucheza, au kuangalia sinema kwa sababu marehemu anakuwa hajazikwa, na au mwili wake uko ndani ya nyumba wanayoishi. Watu hawa husahau, kuwa mtu akishakufa, hasumbuliwi na kelele za watu, wala sauti za radio; bali watoto walioachwa na mpendwa huyo, wanahitaji michezo ya kuwafariji, na kuwasahaulisha majonzi waliyonayo, japo kwa muda.

Wakati wa mazishi unapofika hakikisha ndugu wa karibu, na watoto waliopo wanahusika kikamilifu katika taratibu zote za mazishi. Waruhusu watoto washike sanduku lenye mwili wa marehemu, wachore au kubandika picha **kama wanataka**, na wahudhurie ibada ya mazishi makaburini. Kwa walio wengi utaratibu huu unaonekana kama mgumu, au wa kutisha kwa watoto wenye miaka kati ya mitano na nane. Hata hivyo utaratibu huu, unaweza kumsaidia mtoto kuonesha upendo wake wa mwisho kwa mpendwa wake, na pia kushuhudia kufungwa kwa ukurasa wa maisha ya marehemu. Mara nyingi watoto waliohudhuria mazishi hufarijika kwa kuamini kuwa mpendwa wao amekwenda mbinguni, na hawajisumbui kufikiri, au kuuliza atarudi lini.

(b) Jiandae kwa shughuli za ziada

Haijalishi kipindi cha maombolezo kitachukua muda gani, iko siku watu wote waliokuja kukufariji watarudi makwao na kukuacha ukiwa mpweke, au wewe na familia yako tu. Kama ulipoteza ndugu, au jamaa itakuwia rahisi kurejea katika hali yako ya kawaida, hususani kama mtu huyo ulikuwa huishi naye. Lakini kama mtu aliyeaga dunia ni mwenzi wako wa ndoa, au mtoto wako, bila shaka utakuwa katika hali ngumu zaidi. Mazoea ya kumuona kila wakati, kulala naye, kula naye chakula na kufanya mambo mengine kwa ushirika yanaweza kukufanya ushindwe kujidhibiti.

Unaweza pia kujikuta ukikabiliwa na majukumu mengi

kupita kiasi, kwa sababu mtu aliyekuwa akikusaidia hayupo tena. Kama mwenzi wako wa ndoa, ndiye aliyekuwa akishughulika zaidi na habari za masomo ya watoto, utalazimika ujizoeze kushughulika na mambo hayo, ili watoto wasipoteze muelekeo wao kimasomo kwa kukosa msaada. Kama mwenzio alikuwa akijishughulisha na biashara, pia utalazimika kufanya taratibu za kuiendeleza biashara hiyo ili usidhulumiwe, na uweze kujiongezea kipato. Katika kipindi hiki ndipo unapopaswa kusimama kiume, kupambana na hali halisi kiuchumi, na kijamii, huku ukiendelea kulinda afya yako ya kiroho. Tumia muda wako kwa uangalifu, na usisite kuomba msaada, kwa watu unaowaamini, pale unapojisikia kuzidiwa au kukwama.

(c) Jitahidi kurejea katika ukawaida

Ili chemchem ya furaha na amani iendelee kububujika katika moyo wako, utalazimika kumsahau mpendwa wako aliyekufa, na kuanza maisha mapya. Kama aliyefariki ni mwenzi wako utalazimika kutafuta mke au mume mwingine atakayekusaidia kuponya majeraha yako, na kukupa faraja ya kudumu.

Zipo mila na desturi nyingi, zinazopendekeza kipindi anachopaswa kukaa mke kabla ya kuolewa, lakini mila hizo hazizungumzii sana muda anaopaswa kusubiri mwanamume. Inawezekana waliobuni mila na desturi hizo, walifanya hivyo ili kuepusha migogoro ya mimba na watoto, inayoweza kujitokeza baada ya mwanamke aliyefiwa na mumewe kuolewa na mtu mwingine. Kwa mfano, makabila mengi ya mwambao wa Afrika mashariki hutaka mwanamke aliyeachwa, au kufiwa na mumewe kukaa ndani miezi minne (bila kujamiiana na mtu mwingine) ili kama ana mimba ijulikane kuwa ni ya mwanaume aliyemuacha.

Wanaume wa makabila mengine, pia hulazimika kukaa muda mrefu (kadri watakavyoamua wenyewe) bila kuoa, ili kuonesha mapenzi na heshima kwa mke aliyefariki. Mwanaume anayeweza kukaa muda mrefu zaidi (mwaka mmoja hadi mitano) bila kuoa, huonekana alikuwa na mapenzi ya kweli na mkewe, na kuheshimiwa na jamii. Tatizo ni kuwa, baadhi ya wanaume hawa, hufanya vitendo vya uasherati na wanawake wengine, na mara nyingine hata kuzaa watoto nje ya ndoa, ili tu kulinda heshima ya mke aliyefariki (kwa kuto oa), jambo ambalo ni kinyume na mafundisho ya Mungu (Wakorintho 7:2).

Usikubali kuburuzwa na mila zilizo kinyume na mafundisho ya Mungu. Kama unafikiri huwezi kukaa peke yako, baada ya mwenzi wako kufa, oa au olewa haraka kadri unavyoona inafaa. Ni afadhari kuoa au kuolewa kwa taratibu zinazofaa, kuliko kufanya zinaa. Lakini, kabla hujaamua kuchukua hatua hiyo ni vizuri ukimshirikisha Mungu haja yako kwa maombi, na kupata ushauri wa watu wa Mungu (wachungaji) ili usije ukafanya kosa litakalokufanya ujute maishani. Kumbuka wapo watu wengi wenye tamaa ya mali, wanaoweza kujitokeza kutaka uwaoe, au kuolewa nao, ili waweze kurithi mali uliyochuma na mwenzi wako aliyekuacha. Kumbe ni vema kufanya uchunguzi wa kina, kabla ya kuamua kuwa na mwenzi mwingine.

Kama una watoto wadogo, itakupasa uwe makini zaidi katika suala la kuchagua mwenzi wa kuishi naye. Ni vema ufanye uchunguzi wa kina, ili kubaini kama mtu unayetamani awe mwenzi wako, anakubalika na watoto wako, na kama yeye pia anawakubali watoto hao. Wazazi wengi hukijuta wakiwatia watoto wao katika matatizo na au kuteswa, kwa sababu ya kuamua kuoa au kuolewa na watu wanaowapenda wao, bila kujali kama watu hao wako tayari kuwasaidia katika ulezi wa watoto walioachwa na marehemu. Hali hii, hupelekea watoto kutelekezwa kwa bibi au babu, na au kuendelea kuishi kwa tabu ndani ya nyumba yao.

(d) Usimuache BWANA Mungu wako

Watu wengi wanapozungumzia suala la misiba na majaribu, humkumbuka Ayubu. Mtu ambaye Biblia inamtaja kuwa alidumu kuwa muaminifu, mkamilifu mbele za Mungu, hata baada ya kupoteza mali zake zote, na kufiwa na watoto wote (Ayubu). Yamkini watu wengi hufikiri Ayubu alikuwa mtu asiye wa kawaida, au aliyekuwa na nguvu za kipekee. Lakini ukweli ni kuwa Ayubu alikuwa mtu wa kawaida kama sisi, ila alimpenda na kumtii Mungu kwa dhati.

Hata sasa wapo watu wengi, wanaoendelea kuishi, ambao kama habari zao zingeandikwa katika Biblia, bila shaka tungewashangaa kwa msimamo wao wa imani, hususani kwa majaribu waliyopitia. Kwa mfano, mama mmoja anayeishi mkoani Kilimanjaro, nchini Tanzania, alijikuta katika majaribu makubwa ya kiimani, baada ya familia yake yote kufariki dunia katika kipindi cha mwaka mmoja.

Mume wa mama huyo aliyekuwa ndiye wa kwanza kuaga dunia, baada ya kuugua kwa muda mrefu. Miezi miwili baadae, binti yake mkubwa aliyekuwa mjamzito, naye akafariki ghafla. Binti huyo alianguka shambani alipokuwa akichuma mboga kwa ajili ya kuanda mlo wa siku hiyo, na kufariki papo hapo. Msiba huo uliwashitua watu wengi, kwa sababu binti huyo alikuwa akitarajia kujifungua mtoto, ambaye angekuwa mjukuu wa kwanza kwa mama huyo.

Kama ilivyo kawaida ya mila za kiafrika, maneno mengi yalizungumzwa kuhusu kifo cha binti huyo. Wapo waliodai kifo hicho kimetokana na mzimu wa marehemu baba yake, aliyekuwa akimpenda sana, kiasi cha kuamua kumchukua, aende naye. Wapo pia waliodai kifo hicho kilisababishwa na wachawi wanaoiandama familia hiyo kwa sababu zisizojulikana. Wakati ndugu wakiendelea kutafakari uvumi huo, msiba mwingine ukatokea. Watoto wengine wawili, wa mama huyo wakafariki siku moja baada ya gari la mizigo (Fuso) walilokuwa wamepanda kugongana na gari lingine. Kijana mkubwa, aliyekuwa akiendesha Fuso hilo alifariki papo hapo, baada ya kuminywa na usukani, na mdogo wake alifariki muda mfupi alipokuwa akikimbizwa hospitali kupatiwa matibabu.

Msiba huu ulifanya kijiji kizima kutaharuki. Katika histori ya kijiji hicho hakuna mtu aliyekuwa amewahi kufikwa na misiba ya kutisha kiasi hiki, katika muda wa mwaka mmoja. Uvumi wa kila namna ulisambaa mitaani, kiasi cha kuwafanya hata wale waliokuwa hawaamini mambo ya ushirikina, kuaamini na kumshauri mjane (aliyefiwa) kwenda kufanya

| TUFANI INAPOVUMA – UWE NA AMANI

Lakini sasa, BWANA aliyekuhuluku, Ee Yakobo, yeye aliyekuumba, Eee Israeli, asema hivi, Usiogope, maana nimekukomboa; nimekuita kwa jina lako, wewe u wangu. Upitapo katika maji mengi, nitakuwa pamoja nawe; na katika mito, haitakugharikisha; uendapo katika moto, hutateketea; wala mwali wa moto hautakuunguza.

(ISAYA 43:1 - 2)

Msiba huu ulifanya kijiji kizima kutaharuki. Katika histori ya kijiji hicho hakuna mtu aliyekuwa amewahi kufikwa na misiba ya kutisha kiasi hiki, katika muda wa mwaka mmoja. Uvumi wa kila namna ulisambaa mitaani, kiasi cha kuwafanya hata wale waliokuwa hawaamini mambo ya ushirikina, kuaamini na kumshauri mjane (aliyefiwa) kwenda kufanya matambiko. Pamoja na mshituko mkubwa aliokuwa nao, mama huyo alikataa kufanya hivyo, na akaapa kuendelea kumuabudu na kumtukuza Mungu pasipo kukoma, na kutojihusisha kabisa na matambiko.

Miezi sita baadae, wakati watu wakiwa wameanza kusahau mambo yaliyotokea, pigo lingine likatokea. Mtoto pekee wa mama huyo aliyekuwa amebaki hai, akafariki dunia. Kijana huyo aliyekuwa na umri wa miaka 11, aligongwa na gari alipokuwa akivuka barabara kwenda dukani, kununua mkate. Ilikuwa kawaida ya kijana huyo kula kifungua kinywa, na kula milo yote ya siku na mama yake, ambaye ndiye aliyekuwa mfariji wake mkuu, na mboni ya jicho lake.

Bila shaka unaweza kufikiria hali aliyokuwa nayo mjane huyo, baada ya kupewa taarifa za kifo cha mwanawe wa pekee. Mara tu alipoambiwa alianguka na kupoteza fahamu. Alipoamka alilia na kuomboleza mpaka akaishiwa nguvu kabisa. Majirani na watu wengine waliokuja kumfariji waliingiwa na wasiwasi mkubwa, kwa kufikiri anaweza kupoteza maisha yake kwa mshituko. Lakini baada ya maombolezo ya muda mrefu, mama huyo alimshukuru, na kumtukuza Mungu akisema "mapenzi yake yatimizwe" na akaendelea na maisha yake. Mpaka wakati wa kuandika kitabu hiki, mama huyu alikuwa yungali hai, akiendelea kumuabudu na kumtukuza Mungu.

Kumbe hata sasa wapo watu wanaopata majaribu makubwa, na ya kutisha kama Ayubu, au zaidi yake, na kuendelea kusimama. Kumbuka Ayubu alipoteza watoto wake wote, lakini mkewe alikuwepo kumfariji, na kumpa ushauri (ingawa ulikuwa wa kipumbavu). Mama huyu, yeye alipoteza mume, na watoto wake wote, hivyo hakuwa hata na mwanafamilia wa kumfariji. Lakini kwa sababu alikuwa na imani, alipokea misiba yote kwa unyenyekevu na shukrani, na kuendelea kumtukuza Mungu kwa ukuu wake.

Wewe pia unaweza kuendelea kusimama kwa imani, kumshukuru Mungu, na kumtukuza kwa hali yoyote uliyonayo. Inawezekana msiba uliokukuta ni mkubwa kuliko msiba mwingine wowote, au umekuathiri katika namna isiyoweza kuelezeka. Amini Mungu anaweza kuuponya moyo wako, kukufariji, kukupa riziki, na kukupa amani ya rohoni. Usijisumbue kujiuliza utaishije, au nani atakayekupa hiki au kile! Amini Mungu anaweza kufungua milango usiyoiona.

Yesu Kristo anatuhakikishia hili kwa kutuambia *"Ni yupi kwenu ambaye akijisumbua aweza kuongeza kimo chake hata mkono mmoja?...Msisumbuke, basi mkisema, Tule nini? Au tunywe nini? Au tuvae nini? Kwa maana hayo yote mataifa huyatafuta; kwa sababu Baba yenu wa mbinguni anajua ya kuwa mnahitaji hayo yote. Bali utafuteni kwanza ufalme wake, na haki yake; na hayo yote mtazidishiwa"* (Mathayo 6:31 – 34).

Kwa hiyo Mungu anaweza kufanya zaidi ya yale unayohofia kwamba yatakusumbua, kwa sababu umempoteza mpendwa wako. Mwamini yeye, na kumkabidhi madhaifu yako. Omboleza lakini usiwe na hofu kiasi cha kukata tamaa. Kuwa na imani, nawe utauona mkono wa Mungu ukifanya kazi katika maisha yako.

SARA

Baba mwenyezi mwenye huruma, nakuja mbele zako nikiwa na huzuni, na mahangaiko mengi. Nifariji BWANA, niponye mwili, roho na akili yangu. Niongoze na kunipa amani ya rohoni. Kwa maana ni wewe peke yako, unayeweza kuniponya na kunirehemu.
Amen

Unao Uzima wa Milele

Nimewaandikia mambo haya ili mjue
Ya kwamba mnao uzima
Wa milele
(1 Yohana 5:13)

Ufikia hapa bila shaka utakuwa umejifunza mengi kuhusu tufani mbalimbali za maisha zinazoweza kukukabili maishani, na namna ya kupambana nazo kwa imani. Ni matumaini yangu kuwa roho mtakatifu mwenyewe ataendelea kuzungumza nawe, kukufundisha, na kuihuisha mbegu hii iliyopandwa moyoni mwako ili iweze kumea.

Kwa kumalizia napenda kukumbusha habari muhimu inayobeba ujumbe kamili wa kitabu hiki, na kusema kweli pasipo kwayo, kitabu hiki kinakuwa hakina maana. Ni habari ya uzima wa milele, unaopatikana kwa upendo wa Mungu, na kudhihirika kwetu kwa neema ya damu ya Yesu Kristo, aliyoimwaga pale msalabani. Ni neema hiyo iliyomfanya

TUFANI INAPOVUMA – UWE NA AMANI

mtume Yohana kutuandikia waraka kutukumbusha kuwa tunao uzima wa milele, sisi tunaoliamini jina la Mwana wa Mungu. Na kwa neema hiyo, kama tukiomba chochote, sawasawa na mapenzi yake yeye (Mungu) hutusikia (1 Yohana 5:13).

Pengine jambo la kwanza tunalopaswa kuzingatia hapa ni kwamba 'tayari **tunao**' uzima wa milele sisi tunaoliamini jina la Mwana wa Mungu (Yesu). Maneno haya ni ya muhimu sana, na ni ndiyo yanayotutofautisha sisi tunaomwamini mwana wa Mungu aliye hai, na watu wa dini nyingine wanaoamini **mtu hupata uzima** wa milele baada ya kufa, jambo linalofanya kifo kuwa kitu cha thamani kuliko uhai.

Ni ajabu kwamba walimu na wahubiri wengi, wa dini mbalimbali hufundisha waumini wao kutenda mambo mengi ya ziada ili wakifa waweze kupata uzima, badala ya kuanza kuuishi uzima wa milele katika hapa duniani. Ni kwa sababu hii mtume Yohana anasisitiza haja ya kutambua kwamba tunaupokea uzima wa milele mara tu tunapomkubali Yesu Kristo kuwa BWANA na mwokozi wa maisha yetu, na kupokea msamaha wa dhambi; tendo linalotimiza unabii wa nabii Isaya, alioutoa miaka mingi iliyopita akisema *"Bali alijeruhiwa kwa makosa yetu, alichubuliwa kwa maovu yetu; Adhabu ya amani yetu ilikuwa juu yake. Na kwa kupigwa kwake sisi tumepona"* (Isaya 53:5).

Nabii Isaya alitoa unabii huu kuwatuliza watu wa wakati wake, ili wasiendelee kujisikia wanyonge kwa sababu ya mizigo waliyokuwa wamebeba mioyoni mwao; Badala yake wamshukuru na kumtukuza Mungu kwa ukombozi uliokuwa ukiwajilia. Nabii Isaya kama Yohana, anasema kwa uhakika kuwa "kwa kupigwa kwake sisi **tumepona**" sio **tutapona**.

Maelezo ya Yohana, na Isaya, yanakubaliana na maneno ya Yesu mwenyewe aliyosema alipokuwa akiwaombea wanafunzi wake siku iliyotangulia kuteswa kwake. Yesu alisema *"Baba saa imekwisha kufika, mtukuze Mwanao, ili Mwana wako naye akutukuze wewe; Kama vile ulivyompa mamlaka juu ya wote wenye mwili, ili kwamba wote uliompa awape uzima wa milele. Na uzima wa milele ndio huu, wakujue wewe, Mungu wa pekee wa kweli, na Yesu*

Kristo uliyemtuma' (Yohana 17:1 – 3). Kama ukisoma na kutafakari vema maneno haya utatambua (i) Yesu alikuja duniani akiwa na mamlaka ya kutupa uzima wa milele, na akafanya hivyo (ii) Uzima wa milele ni kumjua Mungu wa pekee wa kweli, na Yesu Kristo aliyetumwa.

Kwa hiyo unapomkiri Yesu Kristo kuwa BWANA na mwokozi wa maisha yako, na kumruhusu ayatawale maisha yako kwa dhati, unafanyika kuwa mwana wa Mungu aliye hai (Yohana 1:12), na kuupokea uzima wa milele. Jambo pekee unalotakiwa kufanya, ni kuushikilia sana huo uzima, ili usije ukaupoteza (Mathayo 24:13).

UZIMA WA MILELE HAUPATIKANI BAADA YA KUFA

Zipo sababu nyingi zinayofanya mamilioni ya watu kuamini kuwa uzima wa milele unapatikana baada ya kufa; lakini sababu kubwa kuliko zote ni uongo wa ibilisi. Tangu kuumbwa kwa ulimwengu shetani amekuwa akipinga kwa nguvu zote habari ya uzima wa milele na hivyo kueneza mafundisho yanayofanya watu wengi kuamini nguvu na uwezo wa mauti. Pamoja na hilo, shida, tabu na masumbufu ya dunia yamewafanya wengi kukata tamaa ya maisha, na kuona kifo ni suluhisho la kupata maisha bora. Ni kwa sababu hii Yesu alikuja ulimwenguni ili kutufunulia siri za uzima wa milele, na kutufundisha namna ya kuuishi.

Akiwa mwana wa Mungu aliye hai, aliyeshuka kutoka mbinguni Yesu alikuwa na hakika ya uwezekano wa ufalme wa Mungu kuja duniani ili kutupatia uzima wa milele, hivyo akatufundisha (kupitia wanafunzi wake) kumuomba Mungu *"ufalme wake uje, na mapenzi yake yatimizwe hapa duniani kama yanavyotimizwa mbinguni"* (Mathayo 6:9-10). Kama uwezekano huo usingekuwepo, bila shaka Yesu asingejisumbua kuwafundisha wanafunzi wake kuomba utimizo wa jambo hilo, wala mwenyewe asingetangaza habari za ufalme wa Mungu, upatikanao kwa neema yake.

Kusisitiza uhalisia wa jambo hili, alipoulizwa na

mafarisayo, ufalme wa Mungu utakuja lini, Yesu aliwajibu kuwaambia *"Ufalme wa Mungu hauji kwa kuuchunguza, wala hawatasema upo huku au kule, kwa maana ufalme wa Mungu umo ndani yenu"* (Luka 17:20-21). Kumbe ufalme wa Mungu, ambao ndiyo uzima wa milele tunaoutamani, ni neema ya Yesu kristo **tunayopaswa kuiishi** katika maisha ya kila siku.

Tatizo linalosumbua watu wengi, ni lile alilolizungumza mtume Yakobo katika waraka wake akisema *"Kama vile mwili pasipo roho umekufa, vivyo hivyo na imani pasipo matendo imekufa"* (Yakobo 2:26). Naam, watu wengi hukiri kuamini habari ya ufufuo na uzima wa milele, lakini hushindwa kuiishi imani hiyo na hivyo kuendelea kuwa wafu kiroho, na hatimae kufa kimwili. Watu wa aina hii hushindwa kujua lengo na maana halisi ya kumwamini Yesu kristo ambalo ni kubadilisha namna ya kufikiri (mtazamo), kurekebisha mwenendo wa maisha, na kuuishi ufalme wa Mungu duniani.

Kwa kutambua udhaifu huo, na kuhimiza umuhimu wa kubadilika, mtume Paulo aliwaandikia waefeso kuwaambia maneno haya *"Basi nasema neno hili, tena nashuhudia katika Bwana, tangu sasa msienende kama mataifa waenendavyo, katika ubatili wa nia zao…Bali ninyi sivyo mlivyojifunza katika kristo; ikiwa mlimsikia mkafundishwa katika yeye, kama kweli ilivyo katika Yesu, mvue kwa habari ya mwenendo wa kwanza utu wa kale unaoharibika kwa kuzifuata tama zenye kudanganya, na mfanywe wapya, katika roho ya nia zenu; mkavae utu mpya, ulioumbwa kwa namna ya Mungu, katika haki na utakatifu wa kweli"* (Waefeso 4:17-24). Bila shaka mtume Paulo aliandika waraka huu baada ya kushuhudia mahangaiko waliyokuwa wakiyapata waumini kwa kutojua maana halisi ya wokovu.

Si wakristo wa Efeso pekee waliokumbwa na mahangaiko ya kubadili namna ya kuishi baada ya kumjua Mungu, mfalme Daudi pia aliwahi kupitia hali kama hiyo muda mrefu baada ya kumjua Mungu. Ni mahangaiko hayo yaliyomsukuma kumuomba Mungu akisema *"Eee Mungu uniumbie moyo safi, uifanye upya roho iliyotulia ndani yangu. Usinitenge na uso wako, wala roho yako mtakatifu usiniondolee. Unirudishie furaha ya wokovu wako; unitegemeze kwa roho ya wepesi.*

Nitawafundisha wakosaji njia zako, na wenye dhambi watarejea kwako." (Zaburi 51).

Mfalme Daudi alilazimika kuomba msaada wa Mungu katika jambo hili kwa sababu (a) Alitambua udhaifu aliokuwa nao (b) Alijua pasipo shaka kuwa udhaifu huo ulikuwa ukimpeleka kwenye maangamizi, kwenye hasara, na au mahali pengine pasipofaa (c) Alikuwa na hakika kwamba Mungu anao uwezo wa kumbadilisha, na kumfanya kiumbe kipya (d) Alijua kuwa kwa kufanyika kiumbe kipya angepata furaha, amani, na kukubaliwa na Mungu.

Kwa hiyo ili uweze kuuishi uzima wa milele ulioupokea, ni lazima ukubali kubadilika haswa, kimwili, kiroho na kiakili. Roho yako inapaswa ijifunze kuitiisha akili yako, ili nayo iweze kutambua yaliyo mapenzi ya Mungu. Kwa kufanya hivyo akili nayo itapata uwezo wa kuuamuru mwili wako uenende katika njia iliyonyooka, na kufuata kanuni zenye kuleta uzima. Kama vile **GPS** inavyopokea taarifa (*signal*) kutoka kwenye setelite na kumuelekeza dreva mahali anapopaswa kwenda, roho yako inapaswa kupokea *signal* kutoka kwa Mungu na kuiamuru akili kuuelekeza mwili mambo unayopaswa kufanya ili kuwa na uzima.

FUATA KANUNI ZENYE BARAKA

Je, Unamjua Mungu? Hili ndilo swali la muhimu kuliko yote unayopaswa kujiuliza, na pia kumuuliza kila mtu unayemfahamu. Umuhimu wa swali hili unatokana na ukweli ulioelezwa kwa kirefu katika sura zilizotangulia, kwamba pasipo kumjua Mungu huwezi kuupata uzima wa milele (Yohana 17:3). Pamoja na umuhimu wake, watu wengi huliona swali hili kuwa rahisi mno kiasi cha kuweza kulijibu pasipo kufikiri mara mbili. Si ajabu kwamba asilimia kubwa ya watu mwenye dini hudai kumjua Mungu, lakini hushindwa kuonesha sifa za kumjua.

Kwa ujumla watu wengi wanaosema wanamjua Mungu, huamini hivyo kwa sababu hawafanyi, au wameacha kufanya mambo mabaya yaliyokatazwa katika biblia, au yasiyokubalika katika jamii. Mtu anaweza kuamini kuwa anamjua Mungu, ameokoka, na yuko safarini kuelekea mbinguni kwa sababu hazini, halewi, hadhulumu mali za watu, na hafanyi mambo mengine yasiyofaa (muadilifu). Pamoja na ubora wa tabia hiyo, Yesu alifundisha kuwa hicho si kipimo cha wokovu, na au kumjua Mungu (Mathayo 19:18 - 21). Kumbe kumjua Mungu kukoje?

(a) Onesha upendo

Alipoulizwa kuhusu amri iliyo kuu kuliko zote, Yesu alisema *"Mpende BWANA Mungu wako kwa moyo wako wote, na kwa roho yako yote, na kwa akili zako zote. Hii ndiyo amri iliyo kuu, tena ni ya kwanza. Na ya pili yafanana nayo, nayo ni hii, mpende jirani yako kama nafsi yako"* (Mathayo 22:37 – 39).

Maneno hayo yanathibitisha kuwa upendo ndiyo kitu cha kwanza kinachoweza kudhihirisha kwamba unamjua Mungu, na hivyo unao uzima wa milele. Pasipo upendo si tu kwamba huwezi kuwa na uzima, bali hata maisha yako yatakuwa ya mashaka na huzuni. Ni upendo pekee unaoweza kumfanya mtu ajisikie furaha ya kweli.

Akijua umuhimu wake Yesu aliwaamuru wanafunzi wake kupendana, kwa kuwasisitizia kuwa dunia ingewatambua kuwa wao ni wanafunzi wake kama wakidumu katika pendo (Yohana 13:34) Wewe pia ni lazima ujenge roho ya upendo ndani yako ili uweze kuwa karibu na Mungu, kwani katika upendo ndipo Mungu anapoonekana Jifunze kuwajali watu wa nyumbani kwako, majirani na hata wale usiowajua. Kumbuka upendo wa kweli huonekana kwa jinsi unavyojishughulisha kuyafanya maisha ya watu wengine kuwa bora na ya thamani zaidi.

(b) Saidia maskini na wasiojiweza

Akizungumza na kijana tajiri, aliyejisifu kuishika sheria yote tangu utoto wake, Yesu alimwambia *"Nenda ukauze ulivyonavyo, uwape maskini, nawe utakuwa na hazina mbinguni, kisha njoo unifuate"* (Mathayo 19:21). Zingatia kwamba Yesu hakumwambia kijana huyu kwamba ni mdhambi au amevunja sheria yoyote; alimwambia *"Ukitaka kuwa mkamilifu"* Kumbe hatua nyingine muhimu katika kumjua Mungu ni kutimiza amri ya upendo (iliyotajwa hapo juu) kwa kuwasaidia maskini, na watu wengine wenye uhitaji.

Inasikitisha kwamba baadhi ya wahubiri wamekuwa wakibadili maana halisi ya andiko hili kwa kufundisha eti Yesu alimtaka kijana yule akatubu dhambi zaidi (kusafisha moyo wake) na au akafute kabisa tamaa ya mali iliyokuwa imejaa moyoni mwake ndipo aweze kuwa mkamilifu. Ingawa maelezo haya yanapendeza masikioni, kwa kiasi fulani yanaondoa maana na uzito wa haja ya kuwasaidia maskini, ambayo ndiyo ibada kubwa kuliko zote.

Miaka michache baada ya kupaa mbinguni kwa Yesu, mtume Yakobo aliwaandikia wakristo wa kwanza waraka akisema *"Dini iliyo safi, isiyo na taka mbele za Mungu baba ni hii, Kwenda kuwatazama yatima na wajane katika dhiki yao, na kujilinda na dunia pasipo mawaa"* (Yakobo 1:27) Ukiyatafakari maneno haya, utatambua kwamba mtume huyu, naye amelipa uzito mkubwa suala la kuwasaidia maskini na wenye mahitaji, kuliko jambo lingine lolote. Yakobo alifanya hivyo akiongozwa na roho wa Mungu yuleyule aliyemuelekeza mfalme Suleimani kuwajulisha watu wake kuwa *"Amhurumiaye maskini humkopesha BWANA; Naye atamlipa kwa tendo lake jema"*(Methali 19:17). Kwa hiyo suala la kuwasaidia maskini, na wasiojiweza ni wajibu wa kila muumini, maana hiyo ndiyo ibada kamilifu, yenye thamani mbele za Mungu, na ndicho kipimo cha kumjua.

Unaweza kumsaidia maskini kwa kumpa sehemu ndogo ya vitu ulivyonavyo ili viweze kumsaidia katika maisha ya kila siku. Vitu hivyo vinaweza kuwa chakula, mavazi, na au sehemu ya kujihifadhi (kulala). Wengi wetu huwa tuna vitu vingi tusivyovitumia, lakini huendelea kuvihifadhi ndani kwa miaka mingi, tukiziba nafasi ya kuweka vitu vingine bila sababu yoyote. Leo hii ukiangalia ndani ya nyumba yako unaweza kuona viatu na nguo nyingi usizozihitaji, na ambazo hutazivaa tena kwa sababu zimepitwa na wakati (*out of fashion*) au zimekubana. Kwanini nguo hizo usimpe maskini anayetembea uchi? Au kama una watoto wadogo bila shaka utakuwa na rundo la nguo zilizowaruka baada ya kuongezeka kimo. Kwa nini usizitoe kwa mama mwenye uhitaji?

Si nguo peke yake. Wengi wetu hupika vyakula vingi kuliko tunavyohitaji, na baada ya kula mabaki yote huwapa mbwa na au kuyatupa jalalani. Kwa nini usijizoeze kupika chakula kwa kipimo unachohitaji, na sehemu ya ziada ukamsaidia mtu mwingine mwenye shida? Au kwa nini usijenge mazoea ya kutoa sehemu ndogo ya mshahara wako, au faida unayoipata katika biashara kuwapa maskini? Kufanya mambo haya madogo kunaweza kubadilisha kabisa maisha ya mwingine, lakini pia kukupa baraka na amani ya rohoni. Yesu Kristo alifundisha akisema *"Kuna furaha zaidi katika kutoa kuliko kupokea"* (Matendo 20:35)

(c) **Usimpe shetani nafasi**
Kumpokea Yesu ni mwanzo tu wa safari ya kuuishi uzima wa milele, hivyo hakumzuii shetani kukujaribu. Baradhuli huyo ataendelea kutafuta kila nafasi ya kukuangusha kwa kukuletea majaribu ya kila aina. Kumbuka lengo la adui huyu halijabadilika tangu enzi za Adam na Hawa, kuwatia watu dhambini ili aweze kujigamba kwamba hakuna mtu anayeweza kuishi maisha matakatifu. Si ajabu kila unapokaza nia kuishi maisha ya kumpendeza Mungu, ukaona mambo yanakuwa magumu zaidi. Ni kwa sababu shetani naye hukaza nia ya kukuangusha kama alivyofanya kwa Ayubu (Ayubu 1:9-10). Lakini kama ukisimama katika imani unaweza kumshinda na kupata neema na baraka kubwa zaidi.

Akitafakari habari ya majaribu yanayowaandama watakatifu, mtume Paulo aliandika *"Ni nani atakayetutenga na upendo wa Kristo? Je! Ni dhiki au shida, au njaa, au uchi, au hatari, au upanga?*" (Warumi 8:35). Ingawa katika hali ya kawaida mambo haya ni majaribu mazito mtume Paulo, akiwa kifungoni, katika hali ya mateso alihitimisha kwamba hakuna jambo lolote linaloweza kututenga na upendo wa Mungu katika Kristo Yesu. Ni wazi kuwa Paulo alifunuliwa kutambua kuwa katika majaribu ndipo Mungu hushusha neema yake iletayo ushindi. Yamkini isingekuwepo neema hiyo isingewezekana mtu yeyote kuvumilia au kuyakubali mateso yanayoweza kuepukika kwa kumuasi Mungu tu. Kumbe siri ya ushindi wetu ni Mungu mwenyewe, ambaye kwa upendo wake hutushika mkono, na kutuongoza katika njia ya amani hata palipo na dhiki au kukata tamaa (Warumi 8:37)

Pamoja na neema ya Mungu inayotuongoza, sisi pia tunapaswa kuwa na busara, na kufanya maamuzi ya hekima katika kila jaribu tunalopitia. Zingatia kuwa ujinga wako hauwezi kuwa utetezi kwa hasara utakayoipata, iwe ya mali au roho yako. Ni kwa sababu hii Yesu alituasa kuwa na busara kama nyoka, na wapole kama (hua) njiwa (Mathayo 16:10).

Bila shaka Yesu alitumia mfano wa kiumbe huyo kwa kumjua jinsi alivyo makini katika kuenenda kwake. Nyoka hujua wakati wa kuwinda na kujilinda, hulijua windo na kumtambua adui, hujua wakati wa kukimbiza na kukimbia, wakati wa kupanda juu ya mti na ule wa kujificha katika shimo. Nyoka mwenye sumu huwa haumi hovyo kwa kujua kuwa meno yake hutoka kila anapoyatumia kama silaha. Zaidi ya yote, nyoka hujua kichwa chake ndiyo uzima wake; kwa hiyo kama akishindwa kukimbia, huwa radhi kupigwa mwili wote lakini sio kichwa maana amejiandaa kukwepa.

Kumbe Yesu anatutaka sisi pia tujitambue, na kutambua chanzo kikuu cha uzima wetu na kukilinda kwa gharama yoyote ile. Kama nyoka anavyolinda kichwa chake sisi pia tunapaswa kulinda imani yetu ili adui asiipore. Tunapaswa kulinda heshima ya ukristo kwa kuwaonesha wengine matunda yatokanayo na neema tuliyoipokea. Si hivyo tu, pia tunapaswa kujua kuingia kwetu na kutoka kwetu, tukiwatambua maadui wa maendeleo yetu ya kiroho na kukaa nao mbali ili wasitudhuru, huku tukiendelea kuikimbilia kila neema na mwongozo unaotusogeza karibu zaidi na Mungu.

Pamoja na hayo tunapaswa kuizuia hasira yetu, kama vile nyoka anavyojizuia kutumia meno yake ili yasing'oke. Kuwa muangalifu katika matumizi ya maneno, na matendo yanayoweza kuamsha chuki kwa watu wengine, na kukutia majaribuni. Ni vema kuuzuia ulimi wako kila unapokuwa na

| TUFANI INAPOVUMA – UWE NA AMANI

*Ni nani atakayetutenga na upendo wa Kristo?
Je! Ni dhiki au shida, au adha, au njaa, au uchi,
au hatari, au upanga? Kama ilivyoandikwa,
ya kwamba, kwa ajili yako tunauawa mchana kutwa.
Tumehesabiwa kuwa kama kondoo wa kuchinjwa.
Lakini katika mambo yote tunashinda, na zaidi ya
kushinda, kwa yeye aliyetupenda.*

(WARUMI 8:35)

hasira, kuliko kusema maneno au kufanya mambo utakayoyajutia maisha yako yote.

Jambo la pili muhimu ni kuwa unapofanyika mwana wa Mungu, kwa neema ya Yesu kristo, na kupokea uzima wa milele, unakuwa na haki ya kumuomba Mungu kitu chochote, sawasawa na mapenzi yake; naye atakusikia. Kwa ujumla unakuwa kama mwana au binti wa mfalme mwenye nguvu na haki ya kutawala. Unaweza kukemea mapepo, kuponya wagonjwa, kubariki, na kupiganisha vita katika ulimwengu wa roho. Mambo haya pamoja na mengine mengi unaweza kuyafanya kwa sababu Yesu mwenyewe amekwishakupa mamlaka. Yeye anasema *"Tazama, nimewapa amri ya kukanyaga nyoka na nge, na nguvu zote za yule adui, wala hakuna kitu kitakochowadhuru"* (Luka 10: 19).

Pengine utajiuliza ni mambo gani zaidi unayoweza kuyafanya kutokana na mamlaka uliyopewa? Je mipaka yako inaanzia wapi na kuishia wapi? Kwa ujumla ukiwa na Yesu, unaweza kumuomba Mungu jambo lolote lile na akalifanya; ili mradi uombe sawasawa na mapenzi yake. Kwa lugha rahisi, ni kama umepewa hundi iliyo wazi (*blank check*) na kuruhusiwa ujijazie kiasi chochote cha fedha unachotaka kujichotea kutoka katika akaunti ya mtu au kampuni iliyokupa. Yamkini kama ukibarikiwa kupewa hundi ya namna hiyo, utafanya kosa kubwa mno kujiandikia kiasi kidogo, ambacho hakitakidhi mahitaji yako na wale wanaokuzunguka.

Hata hivyo kabla ya kukurupuka kwenda kutumbukiza hundi hiyo benki ni muhimu sana ukatafakari nguvu, uwezo, mamlaka na utajiri wa mtu aliyekupatia hundi hiyo. Kama mtu mwenyewe anafanya kazi ya vibarua, inayolipa mshahara wa shilingi 20,000 kwa mwezi, utakuwa unamuonea ukijiandikia hundi ya shilingi 100,000, maana huo ni mshahara wake wa miezi mitano, tena bila kula wala kulipia gharama za vitu vingine. Utakuwa umetumia busara sana ukijiandikia shilingi 3,000 au zaidi kidogo ili uwe na uhakika kuwa hundi hiyo haitazidi kiasi cha akiba iliyopo benki.

Lakini kama aliyekupa hundi hiyo ni Bilionea Bill Gates, na akakwambia andika kiasi unachotaka, hutakosea ukijiandikia 100,000,000 Maana mtu huyo ni Bilionea anayejulikana kwa wingi wa pesa alizonazo.

Mungu yeye ni zaidi ya Bilionea, maana vitu vyote mbinguni na duniani ni vyake. Yeye ni Mungu wa miungu (Isaya 45:5) tena Alfa na Omega, mwanzo na mwisho (Yohana 1:8) Ndiye aliyeumba kila kitu kinachoonekana na kisichoonekana, kilichoko mbinguni na duniani (Mwanzo 1). Kama ni mamlaka yeye ni mfalme wa wafalme, jemedari asiyeshindwa na simba wa kabila la Yuda (Ufunuo 5:5) . Mbinguni na duniani hakuna uweza kama wake (Zaburi 89:6). Ni mponyaji mkuu (Mathayo 15:30) na tena ni ufufuo na uzima (Yohana 11:25).

Pamoja na sifa hizo Mwenyezi Mungu ni mwenye upendo mkuu kiasi cha kutokuwepo maneno yanayotosha kueleza ukuu wa upendo wake. Akitafakari upendo huo mtume Yohana aliandika *"Kwa maana jinsi hii Mungu aliupenda ulimwengu, hata akamtoa mwanawe wa pekee, ili kila amuaminiye asipotee; bali awe na uzima wa milele* (Yohana 3:16). Upendo wake ndio unaomfanya atusamehe kila tunapomkosea, na kuwaangazia jua walio wema na waovu. Akitukumbusha upendo huo mtume Yohana aliandika *"Hili ndilo pendo, si kwamba sisi tulimpenda Mungu, bali kwamba yeye alitupenda sisi, akamtuma mwanawe kuwa kipatanisho kwa dhambi zetu* (1 Yohana:4:10). Mfalme Daudi naye anataja sifa nyingi za Mungu ikiwa pamoja na wema, neema, upendo, fadhiri na rehema (Zaburi 145:8). zaidi ya yote Mungu anaweza mambo yote na makusudi yake hayawezi kuzuilika (Ayubu 42:2).

Kwa sifa na uwezo huu, unaweza kuwa na hakika kwamba Mungu anaweza kujibu maombi yako yote. Anaweza kukuponya, kukupa riziki ya kila siku, kukulinda, kukubariki, kukufanya kichwa na sio mkia, kukushindia vita vigumu, na kufanya mambo mengine makubwa kuliko uwezo wako wa kufikiri. Jambo pekee unalopaswa kufanya ni kumuamini, na kumtumaini yeye tu.

Mfalme Sulemani alisema *"Mtumaini BWANA kwa moyo wako wote, wala usizitegemee akili zako mwenyewe. Katika njia zako zote umkiri yeye, naye atayanyoosha mapito yako"* (Methali 3:5-6).

Zingatia kuwa mfalme Daudi anasema usizitegemee akili zako mwenyewe kwa sababu za msingi.sana. Kwanza kwa sababu akili ya binadamu hujengeka kutokana na elimu anayoipata, mazingira anayoishi, mila na desturi za watu wanaomzunguka, na mambo mengine kama hayo. Pamoja na umuhimu wake kwa jamii, vitu hivi ni rahisi sana kuhujumu imani, na kumfanya mtu afikirie kimwili zaidi kuliko kumpa Mungu nafasi. Ili kuepuka tatizo hilo mfalme Sulemani anashauri kumtumaini Mungu asiyeweza kuhujumiwa, wala kupotoshwa kwa namna yoyote.

MAMBO YA KUFANYA

(a) Jifunze kuitiisha roho yako

Binadamu tumeumbwa kwa namna ya ajabu, na ya kutisha sana (Zaburi 139:14). Tofauti na viumbe wengine (hayawani) sisi tuna **roho, nafsi** na **mwili.** Roho ndiyo uhai na yenye uwezo wa kuingia katika ulimwengu wa roho, kufanya ibada na au matambiko. (Yohana 4:24). Nafsi ni uhai unaotokana na kuwepo kwa roho ndani yako (Mwanzo 2:7) ndiyo inayotawala mfumo wa akili na utashi, na mwili ni nyumba ya roho inayotuwezesha kufanya kila kitu ili tuweze kuishi.

Jifunze kuitiisha roho yako ili iufanye mwili ukubali yale ambayo roho yako inataka. Kumbuka roho inaweza kuwa radhi, lakini mwili ukawa dhaifu (Mathayo 26:41). Roho za mitume zilikuwa radhi kufanya kila alichowaambia Yesu na hata kufa pamoja naye (Yohana 13:37). Hata hivyo kwa sababu miili yao ilikuwa dhaifu hawakuweza kutimiza azma yao (Marko 14:72). Lakini walipopokea nguvu ya roho mtakatifu, waliweza kuitiisha miili yao, na mambo yote yalibadilika. Waliweza kutangaza neno la Mungu kwa ujasiri na hata kuwa tayari kufa kwa ajili yake. (Warumi 14:7-8).

Wewe pia ili uweze kuuishi uzima wa milele unapaswa kuhakikisha roho yako imeokoka kweli, na umejazwa roho mtakatifu ili iuongoze mwili katika kuuishi wokovu. Ukiokoka mwili badala ya roho unaweza kujikuta ukiendelea kuishi katika dhambi, japokuwa unajiita umeokoka, na watu wengine

TUFANI INAPOVUMA – UWE NA AMANI

wanadhani hivyo. Muombe Mungu aiokoe roho yako, na kukujaza vipawa vya roho mtakatifu.ili uweze kuenenda ipasavyo, na kutangaza habari njema za ufalme wa Mungu kwa matendo, kama wakristo wa kwanza walivyofanya.

(b) Badili namna yako ya kufikiri

Watu wengine wanaojiita wameokoka hawafaidiki na wokovu walioupokea kwa sababu wanamruhusu shetani aendelee kutawala akili na nia zao. Watu wa aina hii ndio wanaojikuta wakibadilisha makanisa kila siku, kutafuta mitume na manabii wanaosifiwa ili wawaombee, na wasipopata hitaji wanaloliombea, hurudi nyuma, au kuacha wokovu kabisa.

Kumbuka Yesu alikuja ili azivunje nguvu za ibilisi zinazokufanya kuwa mtumwa. Nguvu hizo ndizo zinazoweza kufunga mwili, roho na akili yako ili isiweze kufanya mapenzi ya Mungu na au kufanya mambo ya maendeleo. Kwa kumpokea Yesu, unakuwa umeshafunguliwa minyororo hiyo. Ni jukumu lako basi kubadilisha namna yako ya kufikiri ili uweze kufanikiwa kimwili, kiroho na kiakili.

Yesu aliwahi kusema *"Watu hawatii divai mpya katika viriba vikuukuu; na kama wakitia, viriba hupasuka, divai ikamwagika, na viriba vikaharibika; bali hutia divai mpya katika viriba vipya, vikahifadhika vyote"* (Mathayo 9:17). Kwa sababu hii unapaswa ujitathimini kwa kina ili kujua kama fikra na mtazamo wako bado ni wa kizamani, au umebadilika sawasawa na imani yako.

(c) Tambua mamlaka uliyopewa

Yesu Kristo ametupa mamlaka yote mbinguni na duniani. Tunaweza kumkanyaga nyoka (shetani ibilisi) nge (magonjwa na mateso ya dunia hii), na nguvu zote za yule mwovu, wala hakuna litakalotushinda. Ni jukumu lako kuyatumia mamlaka hayo kwa nguvu na uaminifu katika kupambana na kila jaribu (Luka 10:19). Unapokabiliwa na shida yoyote, iwe ugonjwa usiotibika, hali ngumu ya maisha, matatizo katika ndoa, mitihani migumu, kukosa msaada ugenini na mengineyo mengi, kumbuka kumwita Mungu aliyekuokoa, na kukemea nguvu za giza. Imani katika BWANA itakupa ujasili wa kuvumilia, na roho wa Mungu atakuongoza kufanya maamuzi ya hekima yatakayo kusaidia kumaliza tatizo.

(d) Pambana na nguvu za giza katika roho

Vita vyetu si vya mwili na nyama (Waefeso 6:12) hivyo kila jambo linalotokea katika mwili linaanzia katika ulimwengu wa roho, na yale yanayofanyika katika ulimwengu wa mwili yana athari kubwa katika ulimwengu wa roho.

Watu wengine wasioamini, huwa hawakubali kwamba matatizo mengi yanayosumbua wanadamu huanzia katika ulimwengu wa roho. Wao hudhani ni ajali za kawaida, na kuwa kama mambo fulani ya kibinadamu yangefanyika mapema, matatizo hayo yangeweza kuzuilika au kuepukika. Ingawa ni kweli kwamba yapo matatizo yanayosababishwa na ukosefu wa maarifa ya kibinadamu, Biblia inaonesha kuwa matatizo mengi huanzia katika ulimwengu wa roho.

Kwa mfano, ukirejea katika kisa cha Ayubu, mtu wa Mungu aliyekuwa tajiri, mwenye mafanikio ya kimwili na kiroho utaona kuwa huyu aliingia katika matatizo makubwa baada ya shetani kumuonea wivu tu. Wivu huo ulimfanya ibilisi amshitaki kwa Mungu, nakutaka ruhusa ya kumjaribu. Vita hii iliyoanzia katika roho ilisababisha Ayubu kupoteza mali zake zote, watoto wake, na hata afya. Lakini kwa kuwa Ayubu alikuwa na ujuzi sahihi wa neno la Mungu, alitambua vita vile vilikuwa ni vya kiroho, hivyo akadumu katika imani akiwa na hakika Mungu atamshindia.

Tafakari pia kisa cha Yona, nabii aliyekataa kwenda kufanya kazi ya Mungu mjini Ninawi na kuamua kutoroka. Wakati nabii huyo akiwa safarini Mungu alituma upepo wa kisulisuli kuipiga melikebu aliyokuwa akisafiria kiasi cha kukaribia kuizamisha. Katika hali ya kawaida mabaharia na abiria wengeona upepo huo umesababishwa na mchafuko wa hali ya hewa tu, na ukitulia hali itakuwa shwari. Lakini kwakuwa nahodha na mabaharia wa melikebu ile walikuwa na ufahamu wa mambo ya kiroho, waliweza kutambua kuwa miongoni mwao alikuwemo mtu mwenye mapambano ya kiroho, yaliyojifunua katika ulimwengu wa kimwili kwa njia ya dholuba. Ufahamu huo ndiyo uliowasaidia kuepuka kifo, kwani mara tu baada ya kupiga kura ya kumtambua muovu (Yona), na kumtupa baharini, dhoruba ile ilitulia.

Wewe pia katika maisha yako unaweza kujikuta ukikabiliwa na vita vingi vinavyoanzia katika ulimwengu wa roho, na kujidhihirisha katika mwili. Vita hivyo vinaweza kuwa hali ngumu ya maisha, ulevi, uzinzi, matumizi ya madawa ya kulevya, ukosefu wa amani katika nyumba yako, na mambo mengine mengi. Jizoeze kupambana na vita hivyo katika ulimwengu wa roho kabla ya kuanza mapambano ya kimwili. Mtangulize Mungu katika kila jambo ili akuongoze katika mapambano na kukushindia. Yeye ni jemedari asiyeshindwa.

(e) Vaa silaha za Mungu

Ili uweze kushinda vita vyako na ibilisi, ni lazima uwe na silaha thabiti, na vilevile ujue namna ya kuzitumia. Vaa silaha zote zinazohitajika kupambana na ibilisi kama anavyoelekeza mtume Paulo (Waefeso 6:11).

Jizoeze kuishi maisha ya utakatifu, kwa imani, matumaini, na upendo. Kumbuka upendo unaweza kukupunguzia matatizo mengi katika familia yako, kazini, mtaani na kila mahali utakapokwenda. Tenda haki kwa watu wote, ili wanaokuzunguka wamuone Kristo katika wewe, wajifunze na kushuhudia matendo makuu ya Mungu.

Endelea kusimama katika maombi, toba na shukrani, ili roho mtakatifu uliyempokea aendelee kusitawi ndani yako. Kumbuka vita ni vya BWANA, hivyo hatakosa kuwatuma malaika zake, kuwa msaada kwako, katika kila vita unayopigana kwa ajili yake.

(f) Usiogope kupambana na mfumo wa ibilisi

Shetani ndiye mfalme wa ulimwengu huu, madaraka aliyojitwalia tangu alipowaangusha Adam na Hawa dhambini (Yohana 17:14). Yeye hutumia nguvu na ushawishi mwingi kuwavuta watu kwake ili wamuasi Mungu. Shetani pia amefanikiwa kuiteka mifumo ya kiuchumi, kisiasa, na kijamii ulimwenguniu, na kuitumia katika kuvuruga kazi ya Mungu.

Tatizo ni kuwa watu wengi wameshazoea mfumo wa kidunia uliopo. Wameukubali, na hawaamini kama shetani ndiye anayewavuruga au kuwakwamisha kila siku. Wanaishi katika uongo wa ibilisi ambaye ndiye mfalme wa ulimwengu huu. Wamekubali kuwa wajinga, na kulewa kwa mvinyo wa ufisadi; badala ya kuchagua kujazwa roho wa Mungu. (Waefeso 5:17). Usikubali kuenenda kama wao, wala kuunga mkono yale wanayoyaamini hata kama yamezoeleka.

Kwa ujumla kuwa tayari, kupambana na mfumo wowote wa kidunia, unaoharibu au kurudisha nyuma injili ya Yesu Kristo na mazao yake. Kemea maovu, ongoza kwa vitendo, fundisha wengine neno la Mungu na kuliishi. Zaidi sana, endelea kumtafuta BWANA kwa bidii maadam anapatikana (Isaya 55:6). *Uwe na amani ya Kristo.*

SARA

Baba mwenyezi Mwenye rehema, nakushukuru kwa ajili ya uzima ulionipa. Ninakutukuza kwa sababu ya wingi wa neema, rehema na fadhiri zako kwetu, Hakika unastahili kuabudiwa. Niwezeshe
BWANA, kuishi
sawasawa na Neno lako, ili niwe miongoni
mwa watakatifu wako
Amen

Sema na Roho Yako

Lakini huyo msaidizi, roho mtakatifu ambaye Baba atampeleka kwa jina langu, Atawafundisha yote.
(Yohana 14:26).

Ni imani yangu kuwa kitabu hiki kimekusaidia kwa namna moja, au nyingine kutafakari ukuu, nguvu na uweza wa Mungu katika maisha yako. Kama bado hujakata shauri, kumpokea Yesu Kristo moyoni mwako, kuwa BWANA na mwokozi wa maisha yako; tafadhari fanya hivyo sasa. Mkiri kwa kinywa chako, kuwa yeye ni BWANA na mwokozi wa maisha yako, na kumuomba akutakase dhambi zako zote; naye atakufanya kuwa kiumbe kipya. Unaweza kutumia sara ya toba iliyoandikwa katika ukurasa 130 kama muongozo, au unaweza kusema maneno yako mwenyewe.

Kama umeshampokea Yesu moyoni mwako, mshukuru na kumtukuza BWANA kwa neema ya ajabu aliyokujalia (Warefeso 2:8-9). Endelea kujifunza neno lake kwa bidii, na kuishi sawasawa na mafundisho yake. Usirudi nyuma, wala kumruhusu shetani akunyang'anye kile ulichonacho. Wakristo wengi, baada ya kuokoka, taratibu huanza kuuzoea wokovu. Watu wa aina hii husimama kwa muda, wakimtafuta Mungu kwa bidii, lakini baadae, mazoea huwafanya kusahau wajibu wao, na kuwa kama gari moshi *(train)* lililokatika breki kwenye mlima. Hurudi nyuma kwa kasi mpaka pale lilipoanzia, au nyuma zaidi, na kuangusha mabehewa.(Ufunuo 2:4 - 5). Kaza mwendo, usikubali kurudi nyuma.

Napenda pia nikupe tahadhari kuhusu umuhimu wa kuyazingatia mambo uliyojifunza katika kitabu hiki, na yale unayoyasikia kila siku kutoka kwa watumishi wengine. Kwa ujumla uzima wako unategemea sana jinsi utakavyoyapokea maneno ya Mungu na kuyatenda. Yesu anamfananisha mtu wa namna hii na yule aliyejenga nyumba juu ya mwamba, mvua ikanyesha, mafuriko yakajaa lakini nyumba ikakaa imara (Mathayo 7:24 – 28).

Ipo tofauti kubwa kati ya kuwa msikiaji wa neno na mtendaji wa neno. Wayahudi, wakiwa taifa teule la Mungu walipata neema kubwa ya kukombolewa utumwani, na kuyaona dhahiri matendo makuu ya Mungu lakini wengi wao walichagua kumuasi. Si hivyo tu, hata pale Mungu alipomtuma mwanawe wa pekee, Yesu kristo awahubiri habari njema za ufalme wa Mungu, wengi wao hawakukubali kumsikiliza, na wale waliomsikiliza hawakukubali kumpokea mioyoni mwao, licha ya kushuhudia miujiza kedekede.

Pengine unaweza kudhani watu hao walikuwa wajinga, lakini sivyo. Zipo sababu nyingi zilizowafanya watu hao kutokulipokea neno la Mungu kwa furaha, kulidharau, na kuliona kama kitu cha kukera masikioni kwao. Hata hivyo hapa tutatafakari sababu chache na za msingi tu ili zikusaidie nawe kujitathimini na kuwaelewa wale wanaopinga injili.

1. **Kiburi na dharau (upofu wa kiroho)**

Sababu ya kwanza ni roho ya kiburi na dharau waliyokuwa wameirithi kutoka kwa shetani, ibilisi. Kwa kawaida mtu akishakamatwa na shetani, anakuwa mgumu kulipokea neno la Mungu kwani linamchoma roho na kubainisha uovu uliomo ndani yake. Akiielezea roho hii nabii Yeremia alisema kwa mafumbo "Sikio lao halikutahiriwa, hawawezi kusikia maneno ya Mungu' (Yeremia 6:10). Maneno haya yanakamilisha ukweli wa tatizo linalowasumbua watu wengi, ingawa ili kuelewa vema unapaswa kufahamu na kutafakari kwa kina mila na destuli za wayahudi wa kale.

Kitendo cha kutahiliwa (kuondolewa govi la uume) kilikuwa cha muhimu mno kwa wayahudi, kwani ndicho kilichokuwa kikibainisha uwepo wa agano la Mungu na uzao wa Ibrahim (Mwanzo 17:11). Mtu asiyetahiliwa alikuwa amejitenga (au kutengwa) na ahadi za Mungu zilizopokelewa na Ibrahim aliyeishi maisha ya kuifuata torati. Leo hii mtu wa aina hiyo tunaweza kumfananisha na mtu anayekataa ubaatizo wa ondoleo la dhambi katika Kristo Yesu.

Kwa hiyo Yeremia anaposema "Sikio lao halikutahiliwa" bila shaka alikuwa na maana ya sikio lisilotambua au kulikumbuka agano la Mungu...sikio lililoporwa na shetani. Si ajabu kwamba, miaka mingi baadae Yohana mbaatizaji aliwakemea wayahudi hao kwa kuwaita "Kizazi cha nyoka..." (Luka 3:7). Kumbe shetani anaweza kuwa kikwazo kikubwa cha kutufanya tusilipokee neno la Mungu kwa utii, na badala yake tukaliona kama matusi kwetu.

2. **Kutowaamini Watumishi wa Mungu**

Sababu ya pili iliyowafanya baadhi ya watu hawa kulikataa neno la Mungu, ni ufahamu waliokuwa nao juu ya manabii na mitume waliotumwa kwao. Wayahudi wa kale walimjua Yeremia vizuri. Walijua historia ya maisha yake, walijua udhaifu wake, na maisha aliyokuwa akiishi kabla ya kuitwa na Mungu. Walijua Yeremia alikuwa mtu wa midomo michafu, asiyeenenda katika njia iliyonyooka na kwa sababu hiyo hawakumuona kama anazo sifa za kuwa nabii wa mungu.

watu wa aina hii walikuwepo pia katika kipindi cha Yesu Kristo. Watu hawa walimpinga Yesu kwa kutaka kujua anafanya kazi ya Mungu kwa mamlaka ya nani, na aghalabu walimuita Yesu "Mwana wa seremala - Yusufu na Mariam (Yohana 6:42). Ni kwa sababu hii Yesu hakufanya miujiza mingi katika kijiji alichozaliwa.

Katika siku za karibuni wamejitokeza watu wengi, wanaojiita watumishi wa Mungu lakini mambo wanayoyafanya ni kinyume na mafundisho ya Biblia. Hawa ni wale ambao Yesu aliwaita mbwa mwitu waliovaa ngozi ya kondoo, na akatabili juu yao akisema "Si kila mtu asemaye bwana, bwana atakayeingia katika ufalme wa Mungu..." (Mathayo 7:21). Watu wa aina hii wamechangia sana kuwavuruga watu wa Mungu, na kufanya watu wengi wasiwaamini watumishi wa Mungu. Hata hivyo ni muhimu sana kwa mtu wa Mungu kuitambua sauti ya Mungu inaposema nawe, na kuwatambua watumishi wa kweli.

3. Elimu na Madaraka

Sababu nyingine iliyowafanya wayahudi, na hasa mafarisayo kutolipokea Neno la Mungu kwa utii, ni elimu na maarifa waliyokuwanayo kuhusu sheria (torati). masuala ya dini na utawala. Ingawa Mungu mwenyewe anatuhimiza kujifunza kwa bidii (kupata elimu) ili tuweze kujua mambo tunayopaswa kufanya, mafarisayo walijisahau kuzama katika roho na badala yake wakaelekeza nguvu zaidi katika kusimamia mapokeo. Zaidi sana, mafarisayo hawakutaka kusikia, au kufundishwa na mtu wa nje (asiye farisayo) kwa kuamini kuwa wao ndiyo wenye elimu zaidi na walio karibu zaidi na Mungu. Si ajabu alipokuja Yohana mbaatizaji wakasema ana pepo, na alipokuja Yesu Kristo wakamuita mlafi na mlevi (Luka 7:31 - 34).

Ukitafakari kwa makini utatambua kuwa hata sasa wapo watu wengi wasiokubali kulisikia neno la Mungu kwa sababu ya elimu kubwa waliyonayo katika mambo ya dini, sayansi, teknolojia na mazingira. Hivi sasa kuna ongezeko kubwa la watu wasioamini uwepo wa Mungu kwa sababu wanaamini dunia na viumbe vyake ni matokeo ya mlipuko wa nyota (Super Nova) na hivyo kuitangaza zaidi elimu ya Evolution inayosisitiza kuwa binadamu wametokana na manyani. Mfano huu unathibitisha kuwa usipokuwa muangalifu, elimu uliyonayo inaweza kuwa kikwazo cha kumtafuta Mungu. Kwa hiyo unashauriwa kufikiri mara mbili kabla ya kusoma au kuangalia video vyanzo vyote vya habari jamii.

4. Utajiri

Mali ni baraka kutoka kwa Mungu na hivyo tunapaswa kuitafuta, na au kuipokea kwa shukrani. Mtu mwenye mali (utajiri) huwa na maisha mepesi zaidi kwa sababu ya uwezo mkubwa kununua anaokuwa nao. Kwa upande mwingine utajiri ni jaribu kubwa linaloweza kukufanya usiwe tayari kusikiliza maneno ya Mungu, na au kuamua kumsahau Mungu kabisa. Ndiyo maana mfalme Suleimani alipomuomba Mungu alisema " Usinipe utajiri nisije nikakusahau, lakini usinipe umaskini nisije nikakukufulu"

Biblia inaeleza habari ya kijana mmoja aliyemfuata Yesu na kumuuliza afanye nini ili aweze kuingia katika ufalme wa mbinguni. Yesu alipomuuliza habari za kuishika torati, mtu huyo alijisifu kuijua torati tangu utoto wake na akaonekana kama kwamba ni mkamilifu (hata Yesu akampenda). Lakini alipomwambia auze vyote alivyokuwa navyo, awape maskini kisha aje amfuate, mtu huyo aliondoka kwa huzuni kubwa. Kumbe unapokuwa na mali nyingi inakupasa ufanye kazi ya ziada kumtafuta Mungu kwani usipoangalia akili na roho yako yote vitazama katika kuisimamia mali uliyonayo.

5. Watu Wanaokuzunguka

Watu wanaokuzunguka wanaweza kuwa kikwazo kikubwa katika kulisikia na kulipokea neno la Mungu kwa utii. Mwenzi wako wa ndoa napokuwa kipingamizi katika imani yako, bila shaka itakuwia vigumu mno kuishi katika njia iliyonyooka na au kuyasikia maagizo ambayo Mungu anakupa kila wakati. Hali kadhalika ukizungukwa na marafiki wasiofaa, wasiompenda Mungu, itakuwia vigumu mno kusimama katika imani. Ni kwa sababu hii Yesu aliwaambia wanafunzi wake *"Mama yangu na ndugu zangu ni wale wanaolisikia neno la Mungu na kulitii"* (Luka 8:21)

Kumbe ili uweze kurithi ufalme wa Mungu unapaswa kulichukulia suala la wokovu kuwa ni lako binafsi, na kukataa ushawishi wa watu wote wanaotaka kukurudisha nyuma. Yesu alisema mtu anayetaka kumfuata ni lazima ajikane mwenyewe, ajitwike msalaba wake, amfuate (Luka 9:23).

Watulizeni mioyo, watulizeni mioyo, watu wangu asema Mungu wenu. Semeni na moyo wa Yerusalemu, kauambieni kwa sauti kuu, ya kwamba vita vyake vimekwisha. Uovu wake umeachiliwa; kwa kuwa amepokea kwa mkono wa BWANA adhabu maradufu kwa dhambi zake zote.

(ISAYA 40:1)

TATHMINI

Ili kukusaidia kutafakari mahali uliposimama kiimani, iulize roho yako maswali yaliyoko hapa chini, na kuyajibu kwa uaminifu. Jipe alama zifuatazo *(A)* Naona hivyo *(B)* Nasikia moyoni *(C)* Nahisi *(D)* Sijisikii kabisa

******

1. Nimesamehewa dhambi zangu zote, na kufunguliwa minyororo ya utumwa (Wakorintho 6:20, Warumi 5:1)

2. Ni mtakatifu (Waefeso 1:4)

3. Ni mwana wa Mungu (Waefeso 1:5, Yohana 1:12)

4. Hakuna jambo litakalo nitenganisha na upendo wa Mungu Baba, katika Kristo Yesu (Warumi 8:35)

6. Mbinguni kuna sherehe kwa ajili yangu (Luka 15:7)

7. Nayaweza Mambo yote, katika yeye anitiaye nguvu. Wala hakuna jambo nisiloliweza (Wafilipi 4:13)

8. Ni mrithi wa BWANA (Waefeso 1:11)

Kama unapungukiwa na sifa hizi, tambua wokovu wako uko katika mizani. Mrudie BWANA kwa toba, na kuyanyoosha mapito yako. Mungu akutie nguvu, na kukuimarisha katika imani.

WATU WA KUOMBEA

TUFANI INAPOVUMA – UWE NA AMANI

MAMBO YA KUOMBEA

MAOMBI YALIYOJIBIWA

TUFANI INAPOVUMA – UWE NA AMANI

KUMBUKUMBU

KUHUSU MWANDISHI

Pastor Godwin Chilewa amehitimu shahada ya saikolojia (Bsc Psychology) katika chuo kikuu cha Houston mjini kati (University of Houston Downtown), na shahada ya uzamili (MBA in Project Management) katika chuo kikuu cha DeVry – Houston. Alisimikwa kuwa mchungaji tarehe 14 Mei 2016 katika ibada iliyofanyika kwenye kanisa la Holly Covenant – United Methodist Church, Katy Texas.

Kabla ya kuitwa kumtumikia Mungu *Pastor* Godwin alikuwa afisa mwandamizi wa idara ya Usalama wa Taifa. Kazi aliyoifanya kwa miaka ishirini. Kitabu chake kipya kiitwacho *Shuhuda za Jasusi* kitatoka hivi karibuni. Unaweza kumpata kupitia tovuti yake www.veritasgospel.org

TUFANI INAPOVUMA – UWE NA AMANI

KUMBUKUMBU

KUMBUKUMBU

GODWIN CHILEWA

www.ingramcontent.com/pod-product-compliance
Lightning Source LLC
Chambersburg PA
CBHW071356290426
44108CB00014B/1568